கோயில் மணி

(சிறு கதைகள்)

கி.வா. ஜகந்நாதன்

Title: Koyil Mani

Author: Ki. Va. Jagannathan

Language: Tamil

First Published on: 1963

Year of Publication: 2024

Book Format: Paperback

*Page Size: 6inch * 9inch*

Category: Fiction

Subject: Short Stories

No. of pages: 178

ISBN: 978-81-988814-6-5

Published by: Nilan Publishers, Madurai, Tamilnadu, India

பொருளடக்கம்

முகவுரை..4

1. கோயில் மணி..*5*

2. மாடு மேய்க்கும் கண்ணன்..*15*

3. பழைய குருடி..*32*

4. போடாத செருப்பு..*47*

5. மங்க்—கீ *!*..*62*

6. வேப்ப மரம்..*69*

7. புண்ணியம் ஓரிடம்..*85*

8. கண்ணனுக்குக் கால் வலித்தது..*95*

9. காலக் குழப்பம்..*108*

10. நிறைவு..*118*

11. மலர்ச்சி..*135*

12. ஒட்டுறவு..*154*

13. நன்றிக் கடன்..*171*

குறிப்புகளுக்காக

முகவுரை

இதில் உள்ள சிறு கதைகள் வெவ்வேறு சமயங்களில் எழுதியவை. அவ்வப்போது பத்திரிகைக்காரர்கள் கேட்டபோது எழுதி அளித்தவை. இவை யாவுமே பல பத்திரிகைகளிலும் மலர்களிலும் வெளியானவை. வெவ்வேறு மனநிலைகள் இருந்த போது எழுதியவையாதலின் போக்கும் சுவையும் வெவ்வேறாக இருக்கலாம்.

இப்போது இவை ஒரு தொகுதியாக அமுதநிலைய வெளியீடாக வெளியாகின்றன.

இதற்கு முன் வெளியான தொகுதிகளை ஆதரித்த அன்பர்கன் இதனையும் பரிவுகொண்டு ஆதரிப்பார்கள் என்று நம்புகிறேன்.

"காந்தமலை"
கல்யாண நகர்
சென்னை-28

அன்பன்
கி. வா. ஜகந்நாதன்

20—12—'63

1. கோயில் மணி

எங்கே பார்த்தாலும் நசநச என்று ஈரம். ஐப்பசி அடைமழை என்பது சரியாக இருக்கிறது. வீதியில் நடந்து செல்வதற்கே அருவருப்பாக இருக்கிறது. ஈசுவரன் கோயிலுக்குப் போகும் கூட்டம் குறைவு. ஆனால், முருக முதலியார் சரியாகச் சந்தியா காலத்துக்குப் போகாமல் இருக்க மாட்டார். சூரியன் மலைவாயில் விழும் நேரத்தில் தரிசனம் செய்தால் ஆயிரம் அசுவமேத யாகம் செய்த பலன் உண்டு என்று யாரோ அவரிடம் சொல்லியிருக்கிறார்கள். அதை அவர் விடாமல் கெட்டியாகப் பிடித்துக் கொண்டுவிட்டார்.

ஊரில் இரண்டு கோயில்கள் உண்டு: ஒன்று சுப்பிரமணிய சுவாமி கோயில்; மற்றொன்று சிவன் கோயில். சிவன் கோயில் பெரிது; சுப்பிரமணிய சுவாமி கோயில் அவ்வளவு பெரிதன்று. ஊரின் எல்லையில் இருக்கிறது முருகன் கோயில். ஊரைச் சார்ந்து இருக்கிறது சிவன் கோயில். முருகன் கோயிலுக்குப் போகிறவர்களுக்குப் பக்தி அதிகம் என்று தான் சொல்லவேண்டும். மழையானாலும், வெயிலானாலும் அத்தனை தூரம் நடந்து செல்வதற்கு எல்லோருக்கும் சுறுசுறுப்பு வருமா?

முருக முதலியார் இரண்டு கோயில்களுக்கும் போகிறவர். செவ்வாய்க்கிழமை, வெள்ளிக்கிழமை, சஷ்டி, கார்த்திகைகளில் முருகன் கோயிலுக்குப் போவார். மற்ற நாட்களில் சிவன் கோயிலுக்குப் போவார். எங்கே போனாலும் சாயங்காலப் பூசைக்குத்தான் போவார். கோடைக்காலத்தில் வானம் மாசு மறுவின்றி இருக்கும். சூரியன் மலைவாயில் விழும் நேரம் நன்றாகத் தெரியும்.

அந்தச் சமயத்துக்குச் சுவாமிக்குத் தீபாராதனை செய்ய வேண்டுமென்று முதலியார் குருக்களை வற்புறுத்துவார். அவர் சிவன் கோயிலுக்குப் பரம்பரைத் தருமகர்த்தர். கூடிய வரையில் குருக்கள் அப்படியே செய்வார். சூரியன் தெரியாமல் மந்தாரமாக இருந்தாலும் மழை பெய்தாலும் அஸ்தமன நேரம் குருக்களுக்குத் தெரியாது. ஏதோ ஒரு மதிப்பாக ஆறேகால் மணி, ஆறரை மணிக்குத் தீபாராதனை செய்வார்.

சுப்பிரமணிய சுவாமி கோயிலில், அப்படி அன்று. அங்குள்ள முத்துசாமி குருக்கள் சாயங்கால தீபாராதனை செய்தாரானால் நிச்சயமாகச் சூரியன் அந்தக் கணத்தில் மலை வாயில் விழத்தான் வேண்டும். ஒரு நிமிஷம் இந்தண்டை அந்தண்டை இருக்காது. முன்பே அபிஷேகம் செய்து அலங்காரம் பண்ணி நைவேத்தியமும் பண்ணி விடுவார். மணியடித்ததுபோல் டாண் என்று சூரியாஸ்தமன வேளையில் கர்ப்பூர ஆரத்தி காட்டுவார். சூரியன் கண்ணுக்குத் தெரியாவிட்டாலும் அவர் தீபாராதனை செய்யும் நேரத்தில் அவன் மறைவான் என்பதில் அணுவளவும் ஐயம் இல்லை.

இது எப்படி அவரால் முடிந்தது என்று வியப்படையலாம். இது ஒன்றும் பிரமாதமான காரியம் அன்று. முத்துசாமி குருக்களுக்குச் சோதிடம் வரும். ஜாதகம் எழுதித் தருவார். கணிதமும் தெரியும். இன்ன அட்சாம்சத்தில் உள்ள ஊரில் இன்ன நாளில் அகஸ்– அதாவது பகல்நேரம்-இவ்வளவு, இது உதய காலம், இது அஸ்தமன காலம் என்ற கணக்கெல்லாம் அவருக்குத் தெரியும். முன்கூட்டியே அவர் இதை ஒரு வாரத்துக்குத் தெரிந்து எழுதிவைத்துக் கொள்வார். கோயிலில் கடிகாரம் இருக்கிறது. அஸ்தமனத்துக்குரிய நேரத்தில்

கணக்காகக் கர்ப்பூர தீபம் காட்டும்படி பூசையை ஒழுங்கு பண்ணிக்கொள்வார்.

சிவன் கோயில் சாமிநாத குருக்களுக்கு இது தெரியாது. முத்துசாமி குருக்களிடம் இந்தக் கணக்கைத் தெரிந்து கொள்ளலாம் என்ற எண்ணமும் தோன்றவில்லை.

முருக முதலியார் அடிக்கடி அவரிடம் குறை கூறுவார்; "அந்தக் கோயிலில் டாண் என்று அஸ்தமன சமயத்துச்குச் சாயங்கால பூசை நடக்கிறது. நீர் நிதானமாக இருட்டின பிறகு செய்கிறீரே சிவன் கோயிலில் பிரதோஷ காலம் மிகவும் முக்கியம் என்று சாஸ்திரங்கள் சொல்கின்றன. அந்தப் பூசைக்கு எவ்வளவு மகத்துவம் நீர் இதையெல்லாம் கவனிக்கிறதே இல்லை" என்று கடிந்துகொள்வார்.

அந்தக் குருக்கள் என்ன செய்வார் சூரியன் தெரியாத காலங்களில் ஆறேகாலுக்குப் பூசை செய்வார். முருக முதலியாருக்கு அகஸ்கணக்கு என்று ஒன்று இருப்பதே தெரியாது. வானம் மூடியிருக்கும்போது எப்படித் தெரிந்து கொள்ள முடியும் என்றும் யோசிக்க வில்லை. அவருக்கு ஒரே குருட்டு எண்ணம்; "அந்தக் குருக்கள் செய்யும்போது இவர் ஏன் செய்யக்கூடாது?" என்பதுதான். அதை வாய் விட்டுப் பலமுறை சொல்லி விட்டார்.

அன்று சோமவாரம். விடாமல் மழை பெய்து கொண்டே இருந்தது. வெறும் சோமவாரம் அன்று; கார்த்திகைச் சோமவாரம். கார்த்திகை முதல் தேதியே சோம வாரமாக வந்துவிட்டது. ஐப்பசி மழை இன்னும் தொடர்ந்து பெய்துகொண்டிருந்தது. முருக முதலியார் கோயிலுக்குப்

போனார். அப்போதுதான் சாமிநாத குருக்கள் அபிஷேகம் தொடங்கியிருந்தார். "ஏன் ஐயா, இதற்குள் அபிஷேகம் முடிந்திருக்கும் என்றல்லவா நினைத்தேன்? மணி ஆறரை ஆகிறதே!" என்றார்,

"நான் என்ன செய்வேன்! ஆறேகாலுக்கே தீபாராதனை ஆகிவிடும். ஆனால் இந்தக் கடிகாரம் ஓடவில்லையே" என்று கோயிலில் இருந்த ஜாம்பவான் கடிகாரத்தைக் காட்டினர். முதலியாருக்குக் கோபம் வந்து விட்டது. அசுவமேத யாகபலன் கிடைக்காமல் போய் விட்டதல்லவா? ஏதோ கடபுடா என்று பேசி விட்டுப் போய்விட்டார். அந்தக் கோபத்தில் நேரே சுப்பிரமணிய சுவாமி கோயிலுக்குப் போனார், அங்கே பூசையெல்லாம் உரிய காலத்தில் ஆகியிருந்தது.

சாமிநாத குருக்களுக்கு அன்று மனசு சரியாகவே இல்லை. தர்மகர்த்தா கோபித்துக்கொண்டு போனது அவர் மனசை உறுத்திக்கொண்டே இருந்தது. 'எல்லாம் ஈசுவரன் செயல்' என்று எண்ணிக்கொண்டு அன்று இரவு முழுவதும் அவர் தூங்கவில்லை.

2

சாமிநாத குருக்கள் கோயிலுக்கு ஆராய்ச்சி மணி வாங்கிக் கட்டவேண்டும் என்று முயற்சி செய்கிற செய்தி ஊரே பரவியிருந்தது. முருக முதலியார், "இவர் ஒழுங்காகப் பூசை செய்வது தட்டுக்கெட்டுப் போகிறது! இதற்கு மணி வேறு" என்று அலுத்துக்கொண்டார். குருக்களோ தீட்சை வளர்க்கத்தொடங்கினார். "எதற்குத் தீட்சை?" என்றால், "ஆராய்ச்சி மணி கட்டவேண்டும்; அது கட்டின பிறகுதான் தீட்சை எடுப்பேன்" என்று சொல்லிக்

கோயிலில் ஓர் உண்டியலே வைத்துவிட்டார். தினமும் ஒருவேளை சாப்பாடு என்ற நியமத்தை வேறு மேற்கொண்டார். ஊரில் உள்ளவர்கள் பல வெண்கலப் பாத்திரங்களைக் கொண்டு வந்து கொடுத்தார்கள். பலர் அவருடைய உண்மையான விரதத்துக்கு மனம் உருகிப் பணம் கொடுத்தார்கள்.

மணியின் விலை 8000 ரூபாய். இரண்டரை அடி உயரம். அடித்தால் நாலு மைல் கேட்கும். எண்ணாயிரம் ரூபாய் மணிக்குக் கட்டிடம் முதலியன நாலாயிரம். எல்லாம் பதின் மூவாயிரத்துக்குத் திட்டம் போட்டாகி விட்டது. பணம் வரவேண்டுமே!

தீட்சையோடு அவர் கொண்ட விரதங்களில் மற்றொன்று, அம்பிகைக்கு அர்ச்சனை செய்வதில் வரும் வரும்படியை மணிக்குப் போட்டு விடவேண்டும் என்பது. அந்த ஆண்டு நவராத்திரி விழாவுக்கு உள்ளூர்ச் செட்டியாருடைய மைத்துனர் ஒருவர், பெரிய பணக்காரர், கோயம்புத்தூரிலிருந்து வந்திருந்தார். அவர் குருக்களுடைய விரதத்தை அறிந்து ஆயிர ரூபாய் கொடுத்தார். அதிலிருந்து குருக்களுக்கு அதிர்ஷ்டம் அடித்தது. வருகிறவர்கள் எல்லாம் நூறு, இருநூறு என்று கொடுக்கலானார்கள். "அயலூரான் அருமை அறிந்து ஆயிரம் கொடுக்கும்போது நாம் நூறாவது கொடுக்காமல் இருக்கலாமா?" என்று கொடுத்தார்கள்.

முதலில் குருக்களுடைய விரதத்தைக் கேட்டுப் பரிகசித்தவர்கள் இப்போது வியப்படைந்தார்கள். அவர் விரதத்தை நிறைவேற்றத் தாங்களும் துணை செய்ய முன் வந்தார்கள். பக்கத்து ஊர்களுக்குப் போகும் போதெல்லாம் கோயிலில் பெரிய மணி கட்டும்

முயற்சியை எடுத்துச் சொன்னார்கள். எப்படியோ பதினாயிர ரூபாய் சேர்ந்து விட்டது. குருக்கள் நன்றாக விசாரித்துக் கும்பகோணத்தில் கோயில் மணி செய்து பழக்கப்பட்ட இடத்தில் மணி வார்க்க ஏற்பாடு செய்து விட்டார்.

சில மாதங்களில் மணியும் வந்தது; மேற்கொண்டு பணமும் வந்து விட்டது. கோயிலில் மணியை வைக்க உயரமான கட்டிடம் கட்டவேண்டும், ஆளுக்கு ஒரு யோசனை சொன்னார்கள். முருகமுதலியார் ஓரிடத்தைக் குறிப்பிட்டார். அவருக்கு இப்போது குருக்களிடம் ஓரளவு மதிப்பு உண்டாகியிருந்தது. ஆனாலும் சுப்பிரமணியசுவாமி கோயில் குருக்கள் சாயங்கால பூசை செய்வது போல இவரால் செய்யமுடியாது என்ற எண்ணத்தை மட்டும் விடவில்லை.

மணியை வைக்க எங்கே கட்டிடம் கட்டுவது என்பது நிச்சயமாகவில்லை. மணி வந்தாயிற்று. அதை அம்பிகையின் சந்நிதியில் வைத்துப் பூசை கூடச் செய்தாகி விட்டது. கட்டிடம் கட்டும் விஷயத்தில் பெரிய மனிதர்கள் ஆளுக்கு ஓர் இடம் சொன்னார்கள். முருக முதலியார், "சிரமப்பட்டுப் பணம் சேர்த்தவர் எப்படிச் சொல்கிறாரோ, அப்படிச் செய்யலாம்" என்று சொன்னார். இதுவரைக்கும் குருக்கள் தம்முடைய கருத்தைச் சொல்லவே இல்லை.

"நீங்கள் எங்கே கட்டிடம் கட்டலாம் என்று எண்ணுகிறீர்கள்?" என்று கேட்டார் ஒரு பிரமுகர்.

"என் செயலால் பணம் வரவில்லை. ஈசுவரன் திருவருளால்தான் கிடைத்தது. அவன் திருவுள்ளம்

எதுவோ அதன்படிதான் நடக்க வேண்டும்" என்றார், குருக்கள்.

"அவன் திருவுள்ளத்தை எப்படித் தெரிந்து கொள்வது?" என்று கேள்வி கேட்டார் ஒருவர்.

"இவ்வளவு செய்தவன் அதையும் தெரிவிப்பான் என்றே நினைக்கிறேன். ஒரு வாரம் பொறுங்கள்" என்றார் சாமிநாத குருக்கள்.

3

அன்று சாமிநாத குருக்கள் தர்மகர்த்தாக்களை யெல்லாம் வரச்சொன்னார். ஊரில் பெரிய மனிதர்களுக்கு ஆள்விட்டு அழைக்கச் சொன்னார். சுப்பிரமணியசுவாமி கோயில் பூசகராகிய முத்துசாமி குருக்களையும் வரும்படி சொல்லியனுப்பினார். எல்லோரும் வந்து சேர்ந்தார்கள். குருக்கள் கண்களில் நீர் வரப் பேசலானார். "நாம் ஒன்று நினைக்கப் பரமசிவன் ஒன்று நினைத்திருக்கிறான். இந்தக் கோயிலில் மணியைக் கட்டவேண்டு மென்று எல்லோரும் ஏற்பாடு செய்துகொண்டிருக்கிறோம். சிவபெருமான் வேறு வகையாக உத்தரவு பண்ணியிருக்கிறான்."

"என்ன, என்ன?" என்று பல குரல்கள் ஒருங்கே எழும்பின.

"ஆண்டவன் தனக்கு அந்த மணி வேண்டாம் என்றும் கலியுக தெய்வமாகிய தன் குமரன் திருக்கோயிலில் அதைக் கட்டவேண்டுமென்றும் என் கனவில் நேற்று

வந்து கட்டளையிட்டான். அவன் திருவுள்ளம் அப்படி இருக்கும்போது நாம் என்ன செய்வது?"

முருக முதலியார் இப்போது பழைய குரலில் பேசினார்; "சந்தியாகால பூசையைச் சரியாகச் செய்யும் இடத்துக்கு ஆண்டவன் பரிசை அனுப்புகிறான். கிருஷ்ணன் பாரிசாத மரத்தைச் சத்தியபாமா வீட்டில் நட, அது ருக்மிணி வீட்டில் பூத்தது மாதிரி ஆயிற்றுக் கதை" என்றார்.

சுப்பிரமணியர் கோயில் அர்ச்சகர் ஒன்றும் அறியாமல் விழித்தார்: "என்ன மாமா, இப்படிச் சொல்கிறீர்கள்? சுவாமி கனவிலே எப்படி வந்து சொன்னார்?" என்றார்.

"இது முதல் தடவை அல்ல. அவன் அடிக்கடி கனவில் வந்து உற்சாகம் மூட்டினான். அந்த அடையாளம் எனக்குத் தெரியாதா?"

"இவ்வளவு சிரமப்பட்டு உங்களுக்கு இல்லாமல் போவதா?" என்று ஒரு செட்டியார் கேட்டார்.

"நான் அல்லவா அதைச் சொல்ல வேண்டும்? எனக்காவது, உனக்காவது! இது பகவானுக்காக வந்தது. இதை அவன் சொல்கிற இடத்தில் கட்டவேண்டியதுதான் நியாயம். சுப்பிரமணிய சுவாமி மட்டும் நமக்குச் சொந்தம் இல்லையா? அவர் கோயிலும் இந்த ஊரில் தானே இருக்கிறது?" குருக்கள் குழப்பம் இல்லாமல் பேசினார்.

"சொத்துக்கு உடையவரே கொடுப்பதற்குத் தடை சொல்லாதபோது நாம் சொல்வதற்கு என்ன இருக்கிறது?" என்று நாலு பேர் சொன்னார்கள்.

கடைசியில் அந்த மணியை முருகன் கோயிலில் கட்டிடம் கட்டி வைத்துவிட்டார்கள். முத்துசாமி குருக்களுக்குச் சாமிநாத குருக்களிடம் உண்டான மதிப்புக்கு அளவே இல்லை; "மாமா, நீங்கள் பெரிய தியாகம் செய்துவிட்டீர்கள்!" என்று தனியே அவரிடம் சொன்னார்; கண்ணில் நீர் ததும்பச் சொன்னார்.

"உன்னால் எனக்கு ஒரு காரியம் ஆகவேண்டும். சாயரட்சை அபிஷேகம் ஆரம்பிக்கும்போது இந்த மணியை அடிக்கச் சொல்லு. தீபாராதனை ஆகும்போது வழக்கமாக அடிக்கட்டும். அபிஷேகம் ஆரம்பிக்கும் போது தவறாமல் அடிக்கச் சொல்ல வேண்டும்."

"நீங்கள் சொல்வதெல்லாம் சுவாமி சொல்வதாகவே நான் எண்ணுகிறேன் ; நீங்கள் கட்டளையிடுவது போலவே செய்கிறேன்" என்றார் முத்துசாமி குருக்கள்.

அன்று முதல் சுப்பிரமணிய சுவாமி கோயிலில் சாயரட்சை அபிஷேகம் தொடங்கும்போது மணி அடிக்கும். அது சாமிநாத குருக்கள் காதில் விழும். சிவன் கோயிலிலும் அபிஷேகம் தொடங்குவார். எல்லாவற்றையும் முடித்துவிட்டு அங்கே கர்ப்பூர ஆரத்திமணி அடிக்கிறபோது கணக்காக இங்கும் தீபாராதனை செய்வார்.

முருக முதலியார் குறை இப்போது தீர்ந்துவிட்டது. இரண்டு கோயில்களிலும் சந்தியா காலத்தில் தவறாமல்

பூசை நிகழ்ந்தது. ஒருநாள் கோயிலுக்கு வந்தவர் சிரித்துக்கொண்டே, "கடிகாரம் ஓடினாலும் ஓடா விட்டாலும் சந்தியா கால பூசை இப்போதெல்லாம் கணக்காக நடந்து வருகிறதே!" என்றார்.

"ஆமாம்! தெரியாமலா சுவாமி மணியை அந்தக் கோயிலில் கட்டச்சொன்னார்?" என்று சாமிநாத குருக்கள் சொன்னார்.

"நீங்கள் செய்த தியாகம் அது" என்று சொல்ல முதலியாருக்கு வாய் வரவில்லை. ரோசம் தாங்காமல், ஆதிமுதலே அந்தக் கோயிலில் மணிகட்ட வேண்டுமென்று சங்கற்பித்துக்கொண்டு, அதைச் சிவபெருமான் கட்டளையாகச் சொல்லித் தம் காரியத்தைச் சாமிநாத குருக்கள் முடித்துக்கொண்டதை முதலியார் அறிந்தால், குருக்களுடைய தியாகத்தை மெச்சியிருப்பாரோ என்னவோ!

2. மாடு மேய்க்கும் கண்ணன்

"அம்மா, கண்ணன் குண்டு மூஞ்சியா, கறுப்பாத் தானே இருப்பான்?".

"ஆமாம்; ஆனால் அழகாக இருப்பான்."

"அவன் மாடுகளை மேய்க்கிறவன்தானே, அம்மா?"

"ஆமாம்; ஆனால் ரொம்பக் கெட்டிக்காரன்."

கேள்வி கேட்கிறவன் குழந்தை ராமு. பதில் சொல்கிறவள் அவனுடைய அம்மா அம்புஜம்.

கல்யாண நகரில் ஒரு பஜனை சபை இருக்கிறது. சனிக்கிழமைதோறும் அங்கே பஜனை நடக்கும். மார்கழி மாசம் தினந்தோறும் விடியற் காலையில் வீதியில் பஜனை நடைபெறும். மார்கழி முடிந்து தை பிறந்தால் அந்த மாசம் முதலில் ராதா கல்யாணம் நடத்துவார்கள்.

ஒரு வாரம் ராதா கல்யாண உற்சவம், பேச்சு, பஜனை, கதா காலட்சேபம் இப்படி வைபவமாக இருக்கும். கடைசி நாளன்று ராதா கல்யாணம் பஜனைப் பத்ததியின்படி நிகழும், நகரத்தில் உள்ள பாகவத கோஷ்டிகள் அத்தனையும் இந்த உற்சவத்தில் கலந்து கொள்ளும். சனிக்கிழமை இரவு அகண்ட பஜனையும், ஞாயிற்றுக்கிழமை ராதா கல்யாணமும் வைத்துக் கொள்வது வழக்கம். சனிக்கிழமை மாலையிலேயே பாகவதர்கள் கல்யாண நகரில் கூடிவிடுவார்கள். பஜனை

சபை இருக்கும் வீதி முழுவதும் அடைத்துப் பந்தல் போட்டிருப்பார்கள். சனிக்கிழமை விடிய விடியப் பஜனை. பாகவதர்களுக்கு அன்று இரவே இல்லை; தூக்கமும் இல்லை.

ராதா கல்யாணத்தில் பாகவதர்களுக்குச் சம்பிரமமான சாப்பாடு உண்டு. அதைவிட முக்கியமானது ஏழைகளுக்குச் சாப்பாடு. மற்ற எந்த நிகழ்ச்சி நடந்தாலும் நின்றாலும் ஏழைகளுக்கு உணவளிப்பது மாத்திரம் நிற்காது. இரண்டாயிரம் ஏழைகளாவது அன்று வயிறு நிரம்ப உண்டு பசியாறுவார்கள்.

இந்த உற்சவம் நடைபெறும்பொழுது கல்யாண நகர் முழுவதுமே கோகுலம் போலத்தான் இருக்கும். பஜனை சபை உள்ள வீதியில் எப்போதும் பஜனை ஒலி கேட்டுக்கொண்டிருக்கும். மாலையில் பாகவத பாராயணம். சகசிரநாம அர்ச்சனை, பெண்கள் கூடி நல்ல தோத்திரங்களைப் பாராயணம் செய்வது முதலியவை நடைபெறும். அந்த வீதி முழுவதுமே தெய்வ மணம் கமழும்.

அந்த வீதியில் ஒரு வீட்டுக்காரரர் நாராயணன்; அவருடைய தர்மபத்தினி அம்புஜம்; அவர்களுடைய அருமந்த இளங் குழந்தை ராமமூர்த்தி அல்லது ராமு. ராமுவுக்கு ஆறு வயசு, எதைப்பற்றியும் தூண்டித் துருவிக் கேட்டுத் தெரிந்துகொள்ளும் இயல்புள்ளவன் அவன். மாலை நேரங்களில் உபந்நியாசம் நடக்கும்போது போய்க் கேட்பான். அவனுக்கு என்ன விளங்கப் போகிறது? கண்ணனுடைய குறும்புகளைப் பாகவதரோ பேசுகிறவரோ சொன்னால் அது கொஞ்சம் புரியும். ஆனால் குழந்தைக் கண்ணனுடைய படம் ஒன்று

இருந்தது; அதை இடைவிடாமல் பார்த்துக்கொண்டே இருப்பான். அதில் அவனுக்கு இன்னதென்று சொல்ல முடியாத ஆனந்தம்.

அவன் கண்ணனைத் தன் மனக் கண்ணில் கற்பனை செய்து பார்க்கிறானோ? சில சமயங்களில் அவன் கண்ணை மூடிக்கொண்டிருக்கும்போது இப்படித் தோன்றும். கண்ணனைப் பற்றித் தன் அம்மாவிடம் அவன் எத்தனையோ கேள்விகளைக் கேட்டிருக்கிறான். அவள் பலவற்றிற்கு விடை சொன்னாலும் சிலவற்றிற்கு விடை சொல்ல முடியாமல் திகைப்பாள். கண்ணனுடைய தோற்றத்தை, அழகை, செயலை, எல்லாவற்றையும் கேட்பான்.

"ஏன், அம்மா, கண்ணன் கறுப்பு என்று சொன்னாயே; அங்கே ஒரு பையன் மாடு மேய்க்கிறான்; கறுப்பாய்க் குண்டு மூஞ்சியாய் இருக்கிறான்; கண்ணன் அவன் மாதிரிதானே இருப்பான்?"

"போடா பைத்தியம்! மாடு மேய்க்கிற பையன் எங்கே, கண்ணன் எங்கே? கண்ணன் சாமி அல்லவா?"

"நீதான் கண்ணனும் மாடு மேய்க்கிறவன் என்று சொன்னாயே;"

"மாடு மேய்த்தாலும் அவன் பெரியவன்."

"ஏன்?"

இந்தக் கேள்விக்குத் தாயால் பதில் சொல்ல முடியவில்லை; "வெறுமனே தொணதொணவென்று கேள்வி கேட்காதே; போய் விளையாடு" என்று சொல்லி, ஏதோ காரியத்தைக் கவனிக்கப் போய்விடுவாள் அவள். பெரியாழ்வார் திருமொழியைக் காலை நேரத்தில் கண்ணன் படத்துக்கு முன் பாராயணம் செய்கிறவள் அவள்; பஜனைக் கூடத்தில்தான்.

கல்யாண நகருக்கு அருகில் இரண்டு சேரிகள். அந்தச் சேரிகளில் உள்ளவர்கள் உற்சவ காலத்தில் அன்னம் பாலிப்பு நடக்கும்போது இங்கே வந்து உண்பார்கள். தினந்தோறும் காலையில் தனுர்மாச பஜனை முடிவில் குழந்தைகள் பலர் வந்து நாமாவளி சொல்லிவிட்டுப் பொங்கல் பிரசாதம் பெற்றுப் போவார்கள். சேரியிலிருந்தும் குழந்தைகள் வருவார்கள்; அவர்களும் நாமாவளியைச் சொல்லிப் பிரசாதம் வாங்கிப்போவார்கள். சாதி வேறுபாடு சிறிதும் இன்றி, எல்லாக் குழந்தைகளும் குதூகலமாக நாமாவளி சொல்வதைப் பார்த்தாலே ஒரு தனியான உணர்ச்சி எழும். இதனால் குழந்தைகளுக்குள் ஒரு கூட்டுறவுணர்ச்சி உண்டாகி வந்தது.

அந்தக் குழந்தைக் கூட்டத்தில் ஒரு பையன்; நல்ல கறுப்பு: வயசு ஏழு இருக்கும். அவனுக்குப் பக்கத்தில் தினமும் ராமு உட்கார்ந்து நாமாவளி சொல்வான். "ராதா கிருஷ்ணா!" என்று யாராவது பெரியவர் சொன்னால், குழந்தைகள் அத்தனை பேரும், "கோபால கிருஷ்ணா!" என்று எதிரொலி கொடுப்பார்கள்.

ராமுவுக்கு அந்தக் கறுப்புப் பையனிடம் ஒரு தனியான பிரியம். அவன் மாடு மேய்க்கிறதை ராமு

பார்த்திருக்கிறான். "உன் பெயர் என்ன?" என்று கேட்டான்.

"காத்தான்" என்றான் அவன்.

"இல்லை; நீ கண்ணன். உன்னை நான் கண்ணன் என்றே கூப்பிடப் போகிறேன்" என்றான் ராமு. அன்று முதல் காத்தான் அவனுக்குக் கண்ணனாகி விட்டான்.

"இவனும் குண்டு மூஞ்சியாய்க் கறுப்பாய் இருக்கிறான்; மாடு மேய்க்கிறான். கண்ணன் இவனைப் போலத்தானே இருப்பான்?" இப்படி அந்தப் பிஞ்சு நெஞ்சில் எண்ணம் ஓடியது. தனக்குக் கிடைக்கும் பொங்கல் பிரசாதத்தையும் அவன் கையில் கொடுத்து விடுவான்.

ராதா கல்யாணத்தில் ஒரு நாள் ராமு வீட்டு மண்டபப்படி. அவன் வீட்டில் சர்க்கரைப் பொங்கல், வடை, பாயசம் எல்லாம் பண்ணினார்கள். பஜனைக் கூடத்துக்குக் கொண்டு வந்து நிவேதனம் செய்து எல்லோருக்கும் வழங்கினார்கள். அன்று காத்தான் என்ன காரணமோ வரவில்லை. ராமுவுக்கு அவனைக் காணாமல் துயரம் பொங்கி எழுந்தது. தங்கள் வீட்டுப் பிரசாதங்களை அவனுக்குக் கொடுக்க முடியவில்லையே என்று ஏங்கினான். தெய்வமாகிய கண்ணன் நிச்சயமாக அந்தப் பிரசாதத்தை ஏற்றுக்கொண்டிருக்க மாட்டான் என்று அவனுக்குத் தோன்றியது; இந்தக் கண்ணனுக்குக் கிடைத்தால்தான் அந்தக் கண்ணனுக்கு, சாமியாகிய கண்ணனுக்கு, திருப்தி உண்டாகும் என்று அவனுக்கு ஓர் எண்ணம்.

“அம்மா, கண்ணனுக்குக் கொஞ்சம் வடை கொடு; நான் போய்க் கொடுத்துவிட்டு வருகிறேன்” என்றான் குழந்தை.

“அது யாருடா கண்ணன்?” என்றாள் தாய்.

“அதுதான் குண்டு மூஞ்சியா, கறுப்பா, மாடு மேய்க்கிறானே, அந்தக் கண்ணன்.”

“அது யார்? எங்கே இருக்கிறான்?”

“அதோ அந்தச் சேரியில் இருக்கிறானாம்; விசாரித்துக் கொண்டுபோய்க் கொடுத்துவிட்டு வருகிறேன்.”

அம்புஜத்துக்குக் கோபம் கோபமாக வந்தது; “போடா, அசடு! அவன் இங்கே வந்து வாங்கிக் கொள்ளட்டும்; நீ அங்கெல்லாம் போகக்கூடாது.”

ஆனாலும் குழந்தை மனம் கேட்கவில்லை. ஒருவருக்கும் தெரியாமல் இரண்டு வடையை எடுத்து மறைத்து வைத்திருந்தான். ஒருவரும் தன்னைப் பாராத சமயத்தில் சேரியை நோக்கிப் புறப்பட்டுவிட்டான் குழந்தை. பிற்பகல் மூன்று மணி. அம்புஜம் குழந்தையைப் பார்த்தாள்; காணவில்லை. வீதியில் விளையாடிக் கொண்டிருப்பான் என்று எண்ணிப் போய்ப் பார்த்தாள்; காணவில்லை. சின்ன வீதியாகையால் ஒவ்வொரு வீட்டிலும் நுழைந்து பார்த்தாள்: காணவில்லை.

அவருக்குப் பகீரென்றது. குழந்தை எங்கே? அவன் கையில் தங்க வளை இருந்தது. பத்திரிகைகளில் வந்த

செய்திகளெல்லாம் அவள் நினைவுக்கு வந்தன. "ஐயோ! கடவுளே! என் குழந்தையைக் காப்பாற்று!" என்று கதறினாள். தெரிந்தவர்கள் ஆளுக்கு ஒரு பக்கம் தேடினார்கள்.

காரியாலயத்துக்குப் போன அம்புஜத்தின் கணவர் நாராயணனுக்குச் செய்தி போயிற்று. அவரும் ஓடி வந்தார்.

ராமு சேரிக்குள்ளே நுழையும்போது குழந்தைப் புத்தியில் போய்விட்டான். முன்னே வந்தது இல்லை. அங்கே அவன் கண்ணனைக் காண அல்லவா புறப்பட்டிருக்கிறான்? ஏதோ பேச்சு வாக்கில் அந்தச் சேரியிலே தான் இருப்பதாகக் காத்தான் சொல்லியிருக்கிறான். அதைக் கேட்டுவைத்துக்கொண்டு குழந்தை வந்து விட்டான். எங்கே யென்று தேடுவது?

அவன் கையில் வடை இருப்பதைக் கண்டு ஒரு நாய் அவனிடம் வந்து குரைத்தது. குழந்தை பயந்து போய் ஓடினான். நாய் துரத்தியது. கையிலுள்ள வடையைப் போட்டுவிட்டு ஓடினான். ஒரு கல் தடுக்கிக் கீழே விழுந்துவிட்டான். நாய் வடையைக் கவ்விக் கொண்டு ஓடிப்போயிற்று.

அப்போது அங்கே இருந்தவன் ஒருவன் குழந்தையைப் பார்த்தான். அவன் பஜனைக்கு வந்து பார்த்தவன். இந்தக் குழந்தையை அங்கே பார்த்ததாக நினைவு இருந்தமையால், அழும் குழந்தையை எடுத்துக்கொண்டு பஜனை மடம் உள்ள வீதியை நோக்கி வந்தான். குழந்தை ராமு, "அம்மா! அம்மா!" என்று அழுது கொண்டிருந்தான். அவனைத் தேடிக்

கொண்டிருந்தவர்கள் அவனை ஒருவன் எடுத்து வருவதை அறிந்து, வாங்கிச் சென்று தாயினிடம் விட்டார்கள்.

"என் கண்ணே! எங்கேயடா போனாய்?" என்று தாவிப் பற்றிக்கொண்டாள் தாய்.

அவனை எடுத்து வந்தவன், "என்ன அம்மா, இப்படிக் குழந்தையைத் தனியே விடலாமா? கையில் காப்பு வேறு போட்டிருக்கிறீர்கள். காலம் கெட்டுக் கிடக்கிறதே" என்று எச்சரித்தான்.

அம்புஜம் உள்ளே குழந்தையை அழைத்துச் சென்று முதல் காரியமாகக் கை வளைகளைக் கழற்றினாள். குழந்தைக்குத் தின்பண்டம் தந்தாள். "எங்கே போயிருந்தாய்?" என்று கேட்டாள்.

குழந்தை அழுகை ஓய்ந்து, "கண்ணனுக்கு வடை கொடுக்கப் போனேன்" என்றான்.

"அது யாருடா கண்ணன்? உனக்குச் சொக்குப் பொடி போட்டு மயக்கி விட்டானா அவன்? சேரியிலே எந்தப் பயல் உன்னை ஏமாற்றுகிறானோ தெரியவில்லையே!" என்று கூவினாள்.

"அதுதான் அம்மா, குண்டு மூஞ்சியா, கறுப்பா, அழகா, மாடு மேய்க்கிறானே; அந்தக் கண்ணன்."

“ஐயோ! எந்தப் படுபாவியோ என் குழந்தையை மயக்கி ஆபத்திலே சிக்கும்படி வைத்து விட்டானே! அவன் தலையில் இடி விழ!”

“அம்மா, அம்மா, அப்படிச் சொல்லாதே! அந்தக் கண்ணன் ரொம்ப நல்லவன் அம்மா!”

இடையிலே நாராயணன் வந்தார்: *“என்னடி அம்புஜம், குழந்தை ஏற்கனவே அரண்டு போயிருக்கிறான் நீ வேறு இப்படி உருட்டுகிறாய்”* என்று சொல்லிக் குழந்தையை அழைத்துக்கொண்டு மாடிக்குப் போய்விட்டார்.

“நீ எங்கேயப்பா போயிருந்தாய்?“ என்று அவர் கொஞ்சியவாறே தம் குழந்தையைக் கேட்டார்.

குழந்தை பேசவில்லை.

“சொல், அப்பா! நானும் உன்னோடு வருகிறேன். போகலாம். எங்கே போனாய்?” என்று மறுபடியும் கேட்டார்.

“கண்ணனைப் பார்க்கப் போனேன்.”

“யார் அது, கண்ணன்?”

“அதுதான் குண்டு மூஞ்சியா, கறுப்பா, அழகாய், நல்லவனாய், சிரிப்பானே அவன்.”

"இது என்ன இவன் சொல்லுகிறான்! இவன் சாட்சாத் கண்ணபிரானையே தேடிக்கொண்டு போனானோ!" அவருக்கு உடம்பு புல்லரித்தது.

"அவன் எங்கே இருக்கிறான்? என்ன செய்கிறான்"

"அவனும் மாடு மேய்க்கிற கண்ணன்தான்."

"இதென்ன இவன் குழந்தை வார்த்தையாகப் பேசவில்லையே!—" அவர் புரிந்து கொள்ளாமல் தடுமாறினார்.

அப்போது காபி கொண்டு வந்த அம்புஜம், "என்ன சொல்கிறான் குழந்தை?" என்று கேட்டாள்.

"யாரோ கண்ணனாம்; குண்டு மூஞ்சியாம்; சிரிப்பானாம்; அவனைத் தேடிக்கொண்டு போனானாம். நேற்றுப் பாகவதர் சொன்னாரே, அப்படி அல்லவா இவன் வருணிக்கிறான்?"

"ஆமாம்! யாரோ ஒரு கழிசடை அந்தச் சேரியிவிருந்து வருகிறான் போலிருக்கிறது. அவன் இவனுக்கு எதையோ கொடுத்து மயக்கியிருக்கிறான். அவனுக்கு இவன் வடை கொடுக்கப் போனானாம்!"

அவள் மறுபடியும் ஆத்திரம் கொள்வதைக் கண்டு நாராயணன் பேச்சை நிறுத்திக் கொண்டார். மெல்லக் குழந்தையைத் தூங்கவைத்து விட்டுக் கீழே போனார்.

"அம்புஜம்!" என்று அழைத்தார்.

"ஏன்?"

"குழந்தைக்கு முன் என்ன சொல்வதென்று உனக்குத் தெரியவில்லையே! அவன் அரண்டுபோய்க் கிடக்கிறான். நீ என்னடா என்றால் மறுபடியும் மறுபடியும் பத்திரகாளியைப் போல் நிற்கிறாயே!"

"என்ன செய்யச் சொல்கிறீர்கள்? இன்றைக்குக் குழந்தை உயிருடன் வந்து சேர வேண்டுமே என்று வயிற்றில் நெருப்பைக் கட்டிக்கொண்டிருந்தது எனக்கல்லவா தெரியும்?"

"அதற்காக வீடு திரும்பிய குழந்தையை மிரட்டித் துன்புறுத்த வேண்டுமா?"

"அவனை எங்கே நான் மிரட்டினேன்? இவன் தேடிக்கொண்டு ஓடினானே, அவனையல்லவா சொன்னேன்?"

"அட, அடிமுட்டாளே! குழந்தைக்கு முன்னாலே யாரையோ சொன்னேன் என்றால், அவன் விவரம் புரிந்துகொள்வானா? இப்போது என்னிடம் சொல், நான் புரிந்துகொள்ள முயலுகிறேன்."

"சொல்கிறேன், சுரைக்காய்க்கு உப்பில்லையென்று! யாரோ, ஒரு பையன் சேரியிலிருந்து வருகிறான் போலிருக்கிறது. அவன் பெயர் கண்ணனாக இருக்கவேண்டும். அந்தக் கண்ணனுக்கு வடை வேண்டுமென்று இவன் கேட்டான். நான்

கொடுக்கவில்லை. இவன் திருடிக் கொண்டு போய்க் கொடுக்கப் போயிருக்கிறான். அவன் இவனைத் தூண்டியிருக்கிறான் போலிருக்கிறது.''

''ஆமாம், அவனை இவன் எங்கே பார்த்தான்?''

''அதுதான். ஒவ்வொரு நாளும் காலையில் பஜனைக்குக் குழந்தைகள் வருகிறார்களே, அங்கே சிநேகம் போலிருக்கிறது. கண்ணனாம்; குண்டு மூஞ்சியாம்; கறுப்பாம்...''

''கண்ணபிரானும் அப்படித்தானே இருப்பான் ?''

''ஓகோ! நீங்களும் சேர்ந்து கொண்டு விட்டீர்களா? பிள்ளைக்கு ஏற்ற அப்பாதான். இந்தக் கண்ணனே வேண்டாம்; அந்தச் சேரியிலுள்ள கண்ணபிரானையே கொண்டு வந்து உட்கார்த்திப் பூசை செய்து விடலாமே!''

நாராயணன் சிரித்துக் கொண்டார்; ''நீ அந்தக் கண்ணனென்கிற பையனையே கண்டு, 'இவனை நீ கூப்பிடாதே, ஒன்றும் கேட்காதே என்று' சொல்லு. இவனிடம் போய் இரையாதே. இன்னும் ஒன்று செய்தால் மிகவும் நன்றாயிருக்கும். நீ செய்ய வேண்டுமே!''

''என்ன செய்யச் சொல்கிறீர்கள்?''

"அந்தக் கண்ணனக் கண்டுபிடித்து அவனுக்குப் பிரசாதம், தின்பண்டம், காசு எல்லாம் இவன் காணக்கொடு.

அதனால் ஏழைக்கும் இன்பம், இவனுக்கும் திருப்தி உண்டாகும்.''

''சரிதான்; என்னையும் சேரிக்குப் போய் அந்தக் கிருஷ்ண பரமாத்மாவைத் தரிசனம் செய்யச் சொல்கிறீர்களோ?''

''கண்ணபிரான் 'பொன்முகக் கிண்கிணி ஆர்ப்பப் புழுதி அளைந்து' ஆயர்பாடியில் விளையாடினவன் தானே?''

''ஐயோ! போதுமே இந்த வேதாந்தம்!—எனக்குக் கைக் காரியம் இருக்கிறது.''

அன்று ராதா கல்யாணம், பிற்பகல் மூன்று மணி. ஏழைகளுக்குச் சாப்பாடு நடந்தது. குழந்தைகளையெல்லாம் தனியே ஓரிடத்தில் வைத்துச் சாப்பாடு போட்டார்கள். வீதியில்தான். வயசு வந்தவர்கள் ஒழுங்கின்றி, எனக்கு உனக்கு என்று கத்திக் கூச்சல் போட்டுக் குழப்பம் உண்டாக்கினார்கள். ஆனால் குழந்தைகளோ அமைதியாகச் சாப்பிட்டார்கள்;. முப்பது நாளும் நாமாவளி சொல்லி ஒழுங்காக இருந்து பிரசாதம் வாங்கி உண்ட பழக்கம்.

அந்தக் குழந்தைக் கூட்டத்தில் காத்தானாகிய கண்ணனும் இருந்தான். ராமு அவனைப் பார்க்கப் போனான். அன்று ராமுவின் வீட்டில் பாகவதர்கள் சிலர் சாப்பிட்டார்கள். அவர்களுக்குக் குஞ்சாலாடு போட்டார்கள். ராமு அம்மாவைக் கேட்டு வாங்கி இரண்டு குஞ்சாலாடுகள் வைத்திருந்தான். ஒரே சமயத்தில் வாங்காமல் வெவ்வேறு சமயத்தில் வாங்கி வைத்திருந்தான். தனக்காக என்றுதான் கேட்டான். ஒன்றைத் தின்றுவிட்டு மற்றொன்றை மறைத்துக் கொண்டு வந்தான்; காத்தான்

இலையில் போட்டு, "கண்ணா, தின்னு' என்றான் அருகில் உள்ள குழந்தைகளெல்லாம் அதைக் கண்டன. "டேய் எனக்குடா, எனக்குடா?" என்ற ஆரவாரம் எழுந்தது.

பரிமாறுகிறவர்கள் என்ன ஆரவாரம் என்று பார்த்தார்கள். ராமு குஞ்சாலாடைக் காத்தானுக்குப் போட்டான் என்று தெரிந்தது.

"ஏய், என்னடா போக்கிரி! நீ ஏன் இங்கே வந்தாய்? உன் அம்மாவிடம் சொல்கிறேன் பார்" என்று ராமுவை மிரட்டினார்கள். யாரோ போய், "உங்கள் ராமுவைப் பாருங்கள்; வீதியிலே சேரிக் குழந்தைகள் சாப்பிடும் இடத்தில் வந்து ரகளை பண்ணுகிறான்" என்று சொன்னார்கள்.

அவள் வீதிக்கு வந்தாள். ராமு நிற்கும் இடத்துக்குப் போனாள், "இங்கே என்னடா வேலை?" என்று கேட்டாள்.

அவன் தன் சிறுகையால் வெள்ளை உள்ளத்தோடு, "இதோ என் கண்ணன்" என்று காத்தானைச் சுட்டிக் காட்டினான்.

அவ்வளவுதான்; அம்புஜத்துக்குப் பொங்கி வந்தது கோபம். பாவம் அந்தப் பையன் பாதி சாப்பிட்டுக் கொண்டிருப்பதையும் கவனிக்கவில்லை; பலர் அங்கே இருக்கிறார்கள் என்பதையும் நோக்கவில்லை. தன் பிள்ளையைக் கொல்லத் துணிந்த கொலைகாரனைக் கண்டவளைப் போல ஆத்திரத்துடன் இரண்டு கைகளையும் ஓங்கிப் பளாரென்று காத்தான் முதுகில் அறைந்தாள். தரதர வென்று ராமுவை இழுத்துக்

கொண்டு வீட்டுக்கு விரைந்தாள். சாப்பிட்டுக் கொண்டிருந்த காத்தான் வீரென்று கத்தினான். அங்கே நின்றிருந்தவர்களுக்கு ஒன்றும் புரியவில்லை.

“அவர்கள் வீட்டுக் குழந்தையின் வளையை ஒரு நாள் இவன் கழற்றப் போனானாம்” என்று யாரோ மூக்கு முழி வைத்து ஒரு வதந்தியைப் பரப்பி விட்டார்.

பாவம்! காத்தான் பாதிச் சாப்பாட்டிலே எழுந்து போய்விட்டான். அவன் இலையில் விண்டபடியே கிடந்தது குஞ்சாலாடு !

ராமு வீரிட்டு அழுதான்; விம்மினான், அம்புஜம் அவனை அதட்டினாள்; கடுகடுத்தாள். நாராயணன் சங்கதியைக் கேட்டு அவளைக் கடிந்துகொண்டார்.

“சேரியே திரண்டு வந்து உன்னைப் பழி வாங்கப் போகிறது!” என்று பயமுறுத்தினானர்.

குழந்தை அழ, அம்புஜம் சிணுங்க, அந்த வீடே மூதேவி பிடித்தது போல் ஆகிவிட்டது. அதற்கு மேல் அம்புஜம் பஜனைக்குப் போகவில்லை; வீட்டிலேயே கிடந்தாள். குழந்தை அழுதழுது முகம் வீங்கித் தூங்கிப் போய்விட்டான்.

சாயங்காலம் பஜனை நடந்தது. கற்பூரம் காட்டி விட்டு அந்தத் தட்டைச் சுவாமிக்கு அருகில் வைத்தார் பூசை செய்தவர். ஒரு சிறு காற்று அடிக்கவே, கற்பூரத் தீபக் கொழுந்து பக்கத்தில் அலங்காரம் செய்திருந்த காகிதத்தில் தாவிப் பற்றியது. பிறகு துணியைத் தாவியது.

கிருஷ்ணன் படம் தனியாகவும் ராதையின் படம் தனியாகவும் இருந்தன. கிருஷ்ணன் படத்தின் அலங்காரங்களில் தீப்பற்றி விட்டது.

ஒரே கலவரம். தண்ணீர் கொண்டு வந்து ஊற்றி அணைத்தார்கள். கிருஷ்ணன் படம் முழுவதும் எரிந்து போயிற்று. ராதையின் படத்தை வலிய இழுத்துக் காப்பாற்றினார்கள். இந்தக் கலவரத்தில், மத்தியானம் நடந்த கல்யாணத்தின்போது ராதை படத்தில் ஒட்ட வைத்திருந்த திருமங்கலியப் பொட்டு எங்கேயோ கழுவி விட்டது.

பக்தர்களுக்கு இந்த நிகழ்ச்சியைக் கண்டு சொல்லொணாத் துயரம் குமுறி வந்தது. "இத்தனை பாகவதர்களில் யார் செய்த அபசாரமோ தெரியவில்லையே!" என்று நைந்தார்கள். "எந்தப் பாவியின் கண் பட்டதோ? இப்படி ஆகி விட்டது" என்று சில பெண்கள் மனம் கரைந்தார்கள். "நல்ல வேளை! கல்யாணம் எல்லாம் ஆகி உற்சவம் முடிகிற தருணத்தில் இப்படி ஆயிற்றே" என்று சிலர் சமாதானம் செய்து கொண்டார்கள். எல்லோரும் இந்தச் சம்பவத்தை எண்ணி அங்கலாய்த்தார்கள்.

மறுநாள் குழந்தை ராமு அப்பாவுடன் பேசிக் கொண்டு இருந்தான். அவர் அவனுக்குப் பயத்தைத் தெளிவித்துத் தடவிக் கொடுத்துக் கொஞ்சிக் கொண்டிருந்தார்.

"ராமு, நாளைக்குப் பீச்சுக்குப் போகலாமா?" என்று அப்பா கேட்டார்.

பையன் பேசவில்லை. ஏதோ யோசனையில் ஆழ்ந்திருந்தான்.

"எந்த ராஜ்யத்தைப் பிடிக்க யோசித்துக் கொண்டிருக்கிறாய்?" என்று நாராயணன் கேட்டார்.

"நேற்று நெருப்புப் பற்றிக் கொண்டதே..."

"அதைப்பற்றி என்ன இப்போது?"

"அம்மா எங்கள் கண்ணனைச் சாப்பிடும்போது அடித்துத் துரத்தினாள். அதனால் இந்தக் கண்ணன் செத்துப் போய்விட்டான்; எரிந்து போய்விட்டான்; ராதையுடைய தாலியும்..."

ஹா ! என்று வீரிட்ட குரல் கேட்டது. கையில் காபியுடன் வந்து கொண்டிருந்த அம்புஜம், குழந்தையின் பேச்சைக் கேட்டவள், அப்படியே கீழே தடாலென்று விழுந்து விட்டாள்.

3. பழைய குருடி

குவளைவித்தை என்று கேட்டிருக்கிறீர்களா ? செப்பிடுவித்தை என்று கேட்டிருப்பீர்கள். அதை விடப் பெரிய வித்தை இது. இதைக் கற்றுக்கொள்ள வேண்டுமானால் தயைசெய்து சென்னைக்கு வந்து யாராவது ஒரு பால்காரரிடம் சில காலம் குருகுல வாசம் செய்யுங்கள். அந்த வித்தையில் பயிற்சி பெறலாம். அந்த வித்தையில் தண்ணீர் பாலாக மாறும்!

நான் ஏதோ கற்பனை செய்து சொல்கிறேன் என்று நினைக்காதீர்கள். ஏதோ மாயவித்தைகளைப் பற்றிப் பேசுகிறார்கள். காசு கொடுத்துப் போய்ப் பார்க்கிறார்கள். சென்னையில் வீட்டு வாசலில் வந்து பால்கறக்கும் மாயா ஜாலக்காரர்களிடம் இல்லாத வித்தை அங்கே என்ன இருக்கிறது ?

விடியற்காலையில் நான்கு மணிக்கு எங்கள் வீட்டுப் பால்காரர், "பால் அம்மா!" என்ற திருப்பள்ளியெழுச்சியுடன் வந்து குரல் கொடுப்பார். அதைக் கேட்டவுடன் என் மனைவி பரபரவென்று படுக்கையிலிருந்து எழுந்து சென்று, அந்த மங்கலான ஒளியில் வாசலில் நிற்கும் எருமை மாட்டின் முகத்தில் விழிப்பாள். எருமை மாடு என்றால் வசவுக்குப் பேர்போன சொல்; புராணத்தை நம்புகிறவர்களுக்கு எமனுடைய வாகனம். அதன் முகத்தில் காலையில் விழிப்பதைப் பற்றி என் மனைவி கவலைப்படுவதில்லை. காபி குடிப்பவர்களுக்கு எருமைப் பால்தான் அந்த அமுதத்தைத் கெட்டியாக்குவது என்று தெரியும்.

“இந்தா, பார் அம்மா!” என்று பால்காரர் குவளையை ஒரு சுழற்றுச் சுழற்றுவார். அதில் தண்ணீரே இல்லை என்று சாதிப்பதற்காகச் செய்யும் காரியம் அது. பந்தாட்டக்காரர்கள் நெளிவு சுளுவுகளுடன் மட்டையைச் சுழற்றி அடிப்பார்களாம். அதைப்பற்றிப் பிரமாதப்படுத்திப் பத்திரிகையில் படம் போடுகிறார்கள். இந்தப் பால்காரர் குவளையைச் சுழற்றுவதில் ஆயிரத்தில் ஒரு பங்கு சாமர்த்தியம் அதில் உண்டா? நாட்டியத்தில்கூட இப்படிச் செய்பவர் மிகவும் அரியர்.

குவளை ஒருமுறை மேல் போய் கீழ் வரும். அதன் வாய்கூடக் கீழே இருக்கும்படி ஒரு நிலை உண்டு. தண்ணீர் உள்ளே இருந்தால், குவளை தலைகீழாக வரும்போது விழாதா என்று என் மனைவி நினைத்துக் கொண்டிருப்பாள். ஆனால் அந்தக் கலைஞர் - பால்காரரைத்தான் சொல்கிறேன் - கண் முன்னால் குவளையைத் தலைகீழாக ஒருகணம் வரும்படி செய்து தண்ணீரைக் குவளையிலிருந்து விழாதபடி செய்து விடுகிறார். என்ன மாயமோ! மந்திரமோ!

சில சமயங்களில் பால்காரருடைய உதவியாள் பால் கறக்க வருவான். அவனுக்குக் குவளை வித்தையில் முழுத்திறமை இராது. ஒரு குவளையை நன்றாகக் கவிழ்த்துக் காட்டிவிட்டுப் போவான். மாட்டுக்கு அருகில் மறைவாக வைத்திருக்கும் வேறு குவளையை எடுத்துக் கறப்பான். அதில் தண்ணீர் இருக்கும். இதை என் மனைவி ஒருநாள் கண்டு பிடித்து விட்டாள். அவன் குவளையைக் காட்டாமல் கறந்து கொண்டே இருந்தான். “இன்றைக்குப் பால் வேண்டாம், போ” என்று மறுத்து விட்டாள். அவன் போய்விட்டான்.

காலையில் உரிய நேரத்தில் காபி அருந்தாவிட்டால் யாருக்குத்தான் வேலை ஓடும்? பால்காரர் வீட்டுக்குப் பையனை அனுப்பிக் கெஞ்சி அவர் கொடுத்த பாலை வாங்கிக் கொண்டு வந்து காபி போட்டுக் குடித்தோம்.

பாலில் தண்ணீர் கலக்கும் மாயத்தைக் கண்டு பிடிக்க முடியாவிட்டாலும் சுத்தப் பால் அல்ல என்று மட்டும் எப்படியோ தெரிந்து விடுகிறது. சில நாள் நல்ல பாலே கிடைத்து விடுகிறது. அதைப் பார்த்தால் பலநாள் மாதத்துக்கு இருபத்தைந்து நாட்கள், தண்ணீர்ப் பாலையே குடிக்கிறோம் என்று தெளிவாகத் தெரிகிறது.

பால்காரர் வந்து கறக்காமல் ஆள்காரனை விட்ட போதெல்லாம் வீட்டு வாசலில் கத்தல், சண்டை, இரைச்சல்தான். விடியற்கால வேளையில் மனிதன் சுகமாகத் தூங்கும்போது, இந்த இரைச்சலைக் கேட்டு எரிச்சல் வருமா, வராதா, சொல்லுங்கள்.

ஆனாலும் என்ன பண்ணுவது? காபிக்கு அடிமையாகிப் போனவர்களுக்கு வேறு கதி ஏது? அரசியலார் பத்திரிகையில் தாங்கள் ஏற்பாடு செய்திருக்கும் பாற் பண்ணைகளைப் பற்றிப் புள்ளி விவரங்களை வெளியிடுகிறார்கள். அந்தப் புள்ளிக் கணக்கு எங்கள் வீட்டுக் காபிக்கு உதவுவதில்லை. அந்தப் பண்ணையைப் பற்றித் தெரிந்து கொண்டு சீட்டு வாங்கிப் பால் வாங்குவதற்குள் புலிப்பாலையே கொண்டு வந்து விடலாம்.

ஒரு நாள் பால்காரர் சண்டை கடுமையாகப் போய் விட்டது. நான் இன்துயிலை விட்டு எழுந்து வந்து கடாபுடா என்று ஏதோ பேசிவிட்டேன். அன்று பால்காரர்

சத்தியாக்கிரகம் செய்து விட்டார். நாங்கள் கடையிலிருந்து காபி வாங்கி வந்து சாப்பிட்டோம். அப்படி நாள்தோறும் செய்தால் குடித்தனம் உருப்படுமா?

மறுநாள் பால்காரருக்கு நூறு ரூபாய் முன்பணம் கொடுத்துச் சமாதானம் செய்து கொண்டோம். அவர் அந்தத் தர்மபுத்திரரே நேரில் வந்து பேசுவது போலப் பேசினர்; "என்ன ஐயா, உங்களை ஒருநாள் இரண்டு நாளாகவா தெரியும்? எத்தனை காலம் நான் பால் ஊற்றுகிறேன்! உங்களுக்குத் துரோகம் செய்வேனா? வீணாக உங்களுக்கு ஏன் சந்தேகம்? ஒவ்வோரிடத்தில் படி இரண்டு ரூபாய்க்கு விற்கிறார்கள். நான் உங்கள் முகத்துக்காக ஒரு ரூபாய் பன்னிரண்டணாவுக்கு ஊற்றுகிறேன். இப்போது மாட்டுத்தீவனம் எல்லாம் என்ன விலை விற்கிறது தெரியுமா? சில நாள் மாடு உதைத்து விடுகிறது. போலீஸ்காரன் மாட்டைப் பவுண்டில் அடைத்து விடுகிறான் நோய் வந்து விடுகிறது. இந்தப் பாழும் மழையில் வைக்கோல் தங்கம் மாதிரி விலை ஏறிப்போன சமாசாரம் உங்களுக்குத் தெரியுமா?"

அவரைப் பேசவிட்டிருந்தால் இரண்டு மணி நேரம் ஒரு நீண்ட சொற்பொழிவே ஆற்றியிருப்பார். "சரி, சரி, இனிமேல் சரியாகப் பால் கறந்து கொடு" என்று சொல்லி உள்ளே வந்து விட்டேன். நூறு ரூபாய் பணத்தோடு அவர் வீடு சென்றார். அடுத்த இரண்டு நாள் நாங்கள் சுமாரான பாலைப் பார்த்தோம்.

என் மனைவிக்குப் பால்காரர் சொன்ன பரிதாப வருணனைகளில் மனம் பாகாய் உருகிவிட்டது; "அவன் சொல்வது நியாமாகத்தான் இருக்கிறது. பாவம்!

அவனுக்கு இன்னும்கூட நூறு ரூபாய் தரலாம் என்று படுகிறது'' என்றாள்.

எப்படி இருக்கிறது இந்த வேடிக்கை? அவள் தான் ஒவ்வொரு நாளும் அவரோடு சண்டை பிடிப்பது. இப்போது அவளுக்குப் பரிவு பொங்கி வழிகிறது!

கொடுத்த முன்பணத்தில் மாசந்தோறும் பத்து ரூபாய் கழிப்பதென்று பேச்சு. அதன்படி இரண்டு மூன்று மாதங்கள் நடந்தது. பிறகு இன்னும் நூறு ரூபாய் வேண்டுமென்று கேட்டார் பால்காரர். "பணம் கொடுக்காவிட்டால் படிக்கு இரண்டணா ஏற்றித் தாருங்கள்'' என்று சொல்லிவிட்டார். வேறு வழியின்றி அந்தப் பணத்தையும் கொடுத்துத் தொலைத்தேன். பால்காரர் பால் கறப்பதிலும் கெட்டிக்காரர், பணம் கறப்பதிலும் கெட்டிக்காரர் என்று தெரிந்து கொண்டேன்.

நாள்தோறும் இந்தத் தண்ணீர்ப் பால் வாங்கிப் போதவில்லை. அளவை அதிகப்படுத்தினால் நமக்குக் கிடைக்கும் தண்ணீரும் அளவில் அதிகமாகிறது. சண்டை, முன்பணம், தண்ணீர்ப்பால்—இந்தச் சங்கடத்தினின்றும் மீள வழி தெரியாமல் விழித்தேன்.

★

அன்று என் நண்பர் ஒருவர் வீட்டுக்குச் சென்றேன். மாலை நேரம் அது. பேசிக்கொண்டிருந்தேன். அப்போது எனக்குப் பால்கொண்டு வந்து தரச்சொன்னர் அவர். அதை உண்டபோது அமிர்தம் போல இருந்தது. எங்கள் வீட்டில் எருமைப் பாலைக்கொண்டு வந்து கறப்பதாக நாடகமாடுகிறார் பால்காரர். பசும் பாலோ அவர்

வீட்டிலிருந்துதான் வருகிறது. இரவு பால் சாப்பிடுவதாகப் பாவனை பண்ணுகிறோம். ஏலக்காயையும் குங்குமப்பூவையும் போட்டு ஈடு கட்டுகிறோம். "கறக்காமல் எப்படி யம்மா பால் கிடைக்கும்? எல்லாம் கறந்த பால்தான்" என்பார் பால்காரரர். அவருக்குக்கூட நகைச்சுவை தெரியும்!

வெளுத்ததெல்லாம் பாலாக எண்ணி வாழும் எனக்கு அந்த நண்பர் வீட்டுப்பாலின் மனமே தனியாக இருந்தது. நீங்கள் எங்கே பால் வாங்குகிறீர்கள்?" என்று கேட்டேன்.

"பால் வாங்குகிறதா? அதைப் போல முட்டாள் தனம் வேறு இல்லை" என்று ஒரு போடு போட்டார்.

"நீங்கள் என்ன சொல்கிறீர்கள்?" என்று கேட்டேன்.

"நானே மாடு வைத்துக் கொண்டிருக்கிறேன். உண்மையான பால் எனக்குக் கிடைக்கிறது" என்றார்,

நான் பாலுக்காகப் படும் தொல்லைகளை அவரிடம் விரித்துரைத்தேன். அவர் எப்படி மாடு வளர்க்க முடிகிறது என்று கேட்டேன். அவர் அது மிகவும் எளிய காரியம் என்று சொல்லித் தம்முடைய அநுபவத்தைக் கதை போலச் சொன்னார். அவர் கொடுத்த பாலைவிட அது சுவையாக இருந்தது.

"இருநூறு ரூபாய்க்கு மாடு கிடைத்தது. தினமும் ஒன்றரைப் படி பால் கிடைக்கிறது. என் மனைவியோ மாட்டைப் பாதுகாத்துக் கறக்கிறாள். அதற்குத் தீனி வாங்குவதில் கஷ்டம் இல்லை. தனிக் கடையே

இருக்கிறது. நல்ல பசும் பால் குடிப்பதனால் குழந்தைகளுக்கு நோயே இல்லை.''

நான் நடுநடுவே கேள்விகளைக் கேட்டேன். அவர் விடை சொன்னார்.

''எங்கள் வீட்டுக்கு அதிகமாகப் பால் வேண்டுமே!'' என்றேன்.

''பெரிய மாடு வாங்கிக் கட்டிக் கொள்ளுங்கள்.''

''எருமைப் பால்தானே காபிக்கு வேண்டியிருக்கிறது?''

''அது எதற்கு ஆபாச விலங்கு? நல்ல பசு மாட்டுப் பால் மணமாகவும் இருக்கும்; உடம்புக்கும் நல்லது.''

''எங்கள் வீட்டில் கறக்க யாருக்கும் தெரியாதே''

''ஓர் ஆளைப் போட்டுக் கொள்ளுங்கள். இருபது, இருபத்தைந்து கொடுத்தால் உங்கள் வீட்டுத் தோட்ட வேலையையும் பார்ப்பான்.''

எனக்கு அவர் செய்த உபதேசம் மிகவும் பயனுள்ளதாக இருந்தது.

வீட்டுக்கு வந்து மனைவியிடம் எல்லாம் சொன்னேன். ''நாம் இப்போது மாதம் இருபது ரூபாய் தோட்டக்காரனுக்குத் தருகிறோம். இன்னும் ஐந்து ரூபாய் கொடுத்தால் ஒருவனைப் பால் கறந்து கொடுத்துத் தோட்ட வேலையையும் செய்யச் சொல்லலாம்.

வீட்டுக்குப் பின்னே ஒரு சிறு கொட்டகை போட்டுக் கொள்ளலாம். நாள் தோறும் பசு மாட்டின் முகத்தில், விழித்தாலும் புண்ணியம் உண்டு'' என்று என் திட்டத்தையும் சொன்னேன். அவள் ஒப்புக் கொண்டாள்.

என் நண்பர் சொன்ன ஒருவருடைய உதவியால் நானூறு ரூபாய்க்கு ஒரு மாடு வாங்கினேன். முந்நூறு ரூபாய் செலவு செய்து வீட்டின் பின் புறத்தில் ஒரு மூலையில் ஒரு கொட்டகை கட்டினேன். எங்கள் வீட்டுத் தோட்டக்காரனே மாட்டைப் பார்த்துக் கொள்வதாகச் சொன்னான். அவனுக்கே ஐந்து ரூபாய் சம்பள உயர்வு கொடுத்தேன்.

முதல் நாள் பாலைக் காபி போட்டு உண்டபோது நாங்கள் அமிர்தம் உண்ட தேவர்களே ஆகிவிட்டோம். “இனிமேல் நம் வீட்டுக்கு வாங்கும் சர்க்கரையில் இரண்டு வீசை குறைத்து விடுங்கள்'' என்றாள் என் மனைவி.

“ஏன்?''

“இந்தப் பால் எவ்வளவு ருசியாக இருக்கிறது! நாம் இதுவரையில் வெள்ளைத் தண்ணீரில் சர்க்கரையைக் கொட்டிப் பால் என்று குடித்துக் கொண்டிருந்தோம். இப்போது பாலுக்குத் தித்திப்பு இருக்கிறது என்ற அதிசயத்தைக் கண்டு கொண்டோம்'' என்று குதூகலத்தோடு பேசினாள்.

இரண்டு மூன்று மாதங்கள் உண்மையிலே நல்ல காபியும் நல்ல பாலும் குடித்தோம். அப்புறம் மழைக் காலம் வந்து விட்டது. அதற்கு முன்பே மாட்டுக் கொட்டகைப் பக்கம்

கொஞ்சம் சகதியிருந்தது. ஆள்காரன் அதைச் சுத்தம் பண்ணவில்லை. வேறு ஓர் ஆளை விட்டுச் சுத்தம் பண்ணி மணல் போடச் சொன்னேன்.

மழை வந்தவுடன் மாட்டுக் கொட்டகைப் பக்கம் ஒரே சேறாகி விட்டது. போதாக் குறைக்குக் கொசுத் தொல்லை வேறு உண்டாயிற்று. ஆள்காரன் முப்பது ரூபாய் தந்தால்தான் வேலை செய்ய முடியும் என்றான். அப்படியே கொடுத்தேன். ஆனாலும் அவன் மாட்டுக் கொட்டகையைச் சுத்தம் செய்யமாட்டேன் என்று சொல்லி விட்டான். அதனால் பின்பக்கம் போனால் ஒரே நாற்றம்; கொசுத்தொல்லை. வீட்டில் கொசுக்கடி பொறுக்க முடியவில்லை.

நாலு நாள் ஆள்காரன் வரவில்லை. என் மனைவிக்கு மாட்டுக்குப் பக்கத்தில் போகப் பயம். பழைய பால்காரரைக் கூப்பிட்டுக் கறக்கச் சொன்னாள். அவர் வந்து மாட்டையும் கொட்டகையையும் பார்த்தார். “ஒரே கையால் கறக்க வேண்டும். மாற்றுக் கைபட்டால் புண் வந்துவிடும்” என்று சொல்லிப் போய்விட்டார். போகும் போதே, “பால் மிஞ்சினால் கொடுங்கள்! நான் விற்றுத் தருகிறேன்!” என்று கிண்டலாக வேறு சொல்லிப் போனார்.

இப்போது மாடு முன் போலப் பால் தரவில்லை. அளவு குறைந்து விட்டது. “பால் மறுக்கிற காலம். இனிமேல் இதைச் சினைக்கு விட வேண்டியதுதான்” என்றான் ஆள்காரன்.

இப்படி ஒரு சந்தர்ப்பம் வருமென்று நான் கற்பனை கூடச் செய்யவில்லை. மாட்டைப் பற்றிப் பிரசாரம்

செய்த நண்பரிடம் போய், "இந்தச் சங்கடத்துக்கு என்ன செய்வது?" என்று கேட்டேன்.

அவர் சிரித்தார். "உங்களுக்கு இயற்கையின் போக்கே தெரியாதா? இது எங்கும் நடக்கிறது தானே? இதற்காகக் கலவரப்படலாமா?" என்று அமைதியாகப் பேசினார்.

"பால் கறக்கா விட்டால் பால் வேண்டுமே! அந்த மாட்டுக்குத் தீனி போடவேண்டுமே! அது வீண் செலவு அல்லவா? மறுபடியும் அது பால் கறக்கும்படி செய்ய என்ன செய்வது?"

அட பைத்தியக்கார மனிதரே! மறுபடியும் மாடு கன்று போட்டால் பால் கறக்கும். எனக்குத் தெரிந்த ஆள் ஒருவன் இருக்கிறான். அவனிடம் மாட்டையும் கன்றுக்குட்டியையும் விட்டு விடுங்கள், அவன் மாட்டைச் சினையாக்கிக் காப்பாற்றிக் கன்று போட்ட பிறகு கொண்டுவந்து விடுவான். கன்றுக் குட்டியையும் வளர்த்து விற்றுத் தருவான்."

"அவன் மாட்டுக்குத் தீனி போட வேண்டாமா?"

"அவன் திருவான்மியூரில் மேய்ச்சல் தரையில் மாடுகளை மேய்த்துக் கொள்வான். மாதம் இருபது ரூபாய் கொடுத்தால் போதும்" என்றார்.

அவர் மூலமாகவே மாட்டை அந்த ஆளிடம் அனுப்பினேன். மாதம் இருபது ரூபாய் செலவாயிற்று. மறுபடியும் பழைய பால்காரரிடம் பால் வாங்க வேண்டி வந்தது. அவர் இப்போது ஒரு வகையான உபதேசம்

செய்ய ஆரம்பித்தார். "மாடு வாங்கி வளர்ப்பதென்றால் எளிய காரியமா? இந்தத் தொழில் எல்லாம் உங்களுக்குச் சரிப்பட்டு வராது. நீங்கள் ஆள்காரன், தீனி, கொட்டகை என்று செலவு பண்ணினீர்களே! அதற்குப் பதில் ஒரு மாட்டின் விலையை என்னிடம் கொடுத்திருந்தால் உங்கள் பேரால் ஒரு மாட்டை வாங்கிக் கட்டியிருப்பேன். முதல் வேலையாக உங்கள் வீட்டுக்குக் கொண்டு வந்து, நீங்களே கறந்து கொள்ளுங்கள் என்று சொல்லியிருப்பேன். அது மட்டுமா? மாட்டு விலையை அந்தப் பால் விலையில் கழித்துக் கொள்வேன். என்னிடம் யோசனை கேட்காமல் இப்போது தொல்லைப் படுகிறீர்களே!" என்றார்,

அவர் சொன்னது என் மனைவிக்கு நியாயமாகப் பட்டது. அவள் என்னிடம் ஏதோ யோசனையைச் சொன்னாள். "பார்க்கலாம்" என்றேன்.

எங்கள் மாடு புதுக்கன்றுக் குட்டியுடன் வந்து சேர்ந்தது. ஆனால் அது இளைத்துத் துரும்பாக இருந்தது. இருபது ருபாயில் அது யானையாகவா மாறும் என்று சமாதானம் செய்து கொண்டோம். மறுபடியும் எங்கள் வீட்டுப் பாலைச் சாப்பிட்டோம். பழைய அளவு அது கறக்கவில்லை.

நடுவிலே அதற்கு வியாதி வேறு வந்து விட்டது. அதற்கு யாரோ வந்து வைத்தியம் செய்தார்கள். அதற்கும் செலவு செய்தேன்.

வீட்டுப் புறக்கடைப் பக்கம் போகச் சகிக்கவில்லை. ஒரே சாணி நாற்றம். ஆள்காரன் மக்கர் பண்ணினான்; முப்பது

ரூபாய் போதாது என்றான். தீவனத்தின் விலையும் ஏறிவிட்டது.

அந்தச் சமயம் பார்த்து என் மனைவி தன் யோசனையை வற்புறுத்தினாள். எனக்கும் அது சரியென்றே தோன்றியது.

மறுநாள் பால்காரரைக் கூப்பிட்டேன்; "நீர் அன்றைக்குச் சொன்னீரே. அந்தப்படி செய்யலாம் என்று நினைக்கிறேன்" என்றேன்.

"என்ன சொன்னேன்?" என்று ஒன்றும் தெரியாதவரைப் போல நடித்தார்.

"மாட்டை வாங்கித் தந்தால் நீரே வைத்துக் காப்பாற்றுவதாகச் சொன்னீரே!"

"அதுவா? ஒரு பேச்சுக்குச் சொன்னேன்: இப்போது அதைப்பற்றி என்ன?"

"எங்கள் பசுமாட்டை உம்மிடமே விட்டு விடுகிறேன். நீரே அதைப் பாதுகாத்து வைத்துக் கொள்ளும்" என்றேன்.

"இந்தக் கிழட்டு மாட்டையா?"

"என்ன அப்படிச் சொல்கிறீர்? "

"அப்போதே உங்களிடம் சொல்ல எண்ணினேன். நமக்கு எதற்கு இந்த வம்பு என்று இருந்து விட்டேன். மாடு சுழி சுத்தம் இல்லை. வயசான மாடு" என்றார்.

“சரி, இதை நீர் வைத்துக் கொண்டு பால் கறந்து கொடுப்பீரா, இல்லையா?”

“மாட்டுக்கு ஆகிற செலவையெல்லாம் நீங்கள் தந்துவிடுகிறீர்களா?”

“செலவா! மாடு உம்மிடமே இருக்கட்டும். வீட்டுக்குப் பால் கறந்து கொடும். ஏதோ ஒரு மதிப்புப் போட்டுப் பால் விலையைக் கணக்குப் பண்ணிக் கொள்ளலாம்.”

“இந்தத் தொந்தரவெல்லாம் எனக்கு வேண்டாம். இது இனி மேல் அடிமாட்டுக்குத்தான் சரி. நீங்களே வைத்துக் கொள்ளுங்கள்” என்று பிகு செய்தார்.

“சரி, வேறு யாரையாவது கேட்கிறேன்.”

“தாராளமாகக் கேட்டுக்கொள்ளுங்கள். நீங்கள் படுகிற தொல்லையைப் பார்த்தால் பரிதாபமாக இருக்கிறது. ஒன்று வேண்டுமானால் செய்கிறேன்” என்று என்மேல் இரக்கப்படுபவர் போலப் பேசினார்.

“என்ன அது?”

“மாட்டை எனக்கே விலைக்கு விற்றுவிடுங்கள். ஒரு விலை பேசிக் கொடுத்து விடுங்கள். நான் என்னால் இயன்றவரையில் அதை உருப்படியாக்கப் பார்க்கிறேன். மாதம் மாதம் பால்பணத்தில் பத்து ரூபாய் கழித்துக் கொள்ளுங்கள். ”

“சரி, என்ன விலை: நான் நானூறு ரூபாய்க்கு வாங்கினேன்.”

“நீங்கள் தெரியாமல் வாங்கினால் அதற்கு நான் பிணையா? இப்போது நூறு ரூபாய் பெறாது. உங்களுக்காக நூற்றைம்பது ரூபாய் தருகிறேன்.”

“அடபடுபாவி!” என்று மனத்துக்குள் வைதேன். வெளிப்படையாகச் சொல்ல முடியுமா? “சரி, நாளைக்குச் சொல்கிறேன்” என்று அவரை அனுப்பி விட்டேன்.

அன்று மனைவியும் நானும் யோசித்தோம்.

“அந்த நண்பரிடம் போய்க் கேட்கட்டுமா?” என்றேன்.

என் மனைவிக்குக் கோபம் வந்தது.

“ஆமாம், அந்த மனிதரால் தானே இந்தச் சங்கடம் வந்தது?” என்று சீறினாள்.

கடைசியில் இருநூறு ரூபாய்க்கு விற்பது என்ற முடிவுக்கு வந்தோம். பால்காரரிடம் சொல்லிச் சம்மதிக்கச் செய்வதற்குள் பெரும் பாடாகப் போய் விட்டது. “ஐம்பது ரூபாய் பணம் கொடுத்துக் கணக்கு வைத்துக் கொள்ளுங்கள். அதற்குக் கொஞ்சம் வைத்தியம் பண்ண வேண்டும்” என்றார். கடவுளே என்று அந்தப் பணத்தைக் கொடுத்துப் பசு மாட்டையும் ஓட்டிக் கொண்டு போகச் சொன்னேன்.

இப்போது வீட்டுக்குப் பின்புறம் சுத்தமாக இருக்கிறது. கொசுத் தொல்லை இல்லை. ஆனால் பழைய படி தண்ணீர்ப் பாலைத்தான் வாங்குகிறோம். பழைய சண்டைதான், கூச்சல்தான். நாங்கள் விற்ற மாடு மிகவும். நன்றாக இருக்கிறது என்று யாரோ சொன்னர்கள். அதை ஒரு நாள் கூடப் பால்காரரர் எங்கள் கண்ணிலே காட்டவில்லை.

பழையபடி அவருடைய குவளை வித்தையைத் தினந்தோறும் பார்த்துக் கொண்டுதான் இருக்கிறோம்!

4. போடாத செருப்பு

"சுவாமி, தாங்கள் சந்நியாசியாக இருந்தும் ஒரு கிருகஸ்தர் படத்தை வைத்துப் போற்றுகிறீர்களே!" என்று கேட்டேன்; முத்தானந்த சுவாமிகளிடந்தான் கேட்டேன்.

அவர் புன்முறுவல் பூத்தார். "சாதி, சமயம், ஆசிரமம் ஆகிய இவை அன்புக்கு முன் நிற்பதில்லை. அதுவும் நன்றியறிவும் கலந்து கொண்டால், நிச்சயமாக இந்த வேறுபாட்டுக்கு இடமே இல்லை" என்றார்.

அவர் சந்நியாசிதான்; ஆனால் எப்போதும் நிஷ்டையிலே இருந்து கொண்டு உலகத்திலே ஊடாடாமல் இருக்கிறவர் அல்ல. ஒரு சின்ன ஆசிரமம் கட்டிக் கொண்டு வாழ்ந்து வந்தார். தலை மொட்டை, கழுத்தில் ருத்திராட்சம்; இடையில் நாலு முழ வெள்ளை வேட்டி; நெற்றியில் எப்போதும் திருநீறு துலங்கும். அவர் வைத்தியத்தில் கிடைக்கும் பொருளைக் கொண்டு, பிறர் கையை எதிர்பாராமல் தம்முடைய ஆசிரமத்தை நடத்தி வந்தார். பண வரவு செலவுக் கணக்கை நம்பிக்கையான ஓர் ஆசாமியிடம் விட்டு விட்டார். மருந்து சாமான்கள் வாங்குவது, சாமியாருக்கு உணவு ஏற்பாடு செய்வது முதலிய எல்லாக் காரியங்களும் அவர் பொறுப்பில்தான் இருந்தன. ஆகவே முத்தானந்தர் காசைக் கையில் தொடாமல், துறவியாகவே இருந்து வந்தார். காலை மாலைகளில் தியானம் செய்வார். இரவு நேரங்களில் பிள்ளைகளைப் பஜனை செய்யச் சொல்லிக் கேட்பார். அவரும் கூடப் பாடுவார். அவருடைய ஒவ்வொரு நாள் வேலை முறையும் இவ்வளவுதான். அவருடைய

முகத்தில் ஒரு பொலிவு இருந்தது. கண்ணில் ஓர் ஒளி இருந்தது. அவரிடம் பேசும் பொழுது யாருக்கும் மிக மிக நல்லவர் ஒருவரோடு பேசும் உணர்ச்சியே உண்டாகும்.

படத்தைப் பற்றிக் கேட்ட எனக்கு அவர் அன்பு, நன்றியறிவு என்று காரணம் சொன்னார். "இவரிடம் உங்களுக்கு அன்பும் நன்றியறிவும் இருக்கின்றன என்று உங்கள் பதிலிலிருந்து ஊகிக்கிறேன். அதற்குக் காரணம் ஏதாவது இருக்க வேண்டுமே!" என்றேன்.

"நான் இன்று பரதேசியாக இருந்தாலும், பிறருடைய பொருளை ஒரு வேலையும் செய்யாமல் பெறுவதில்லை. ஏதோ வைத்தியம் என்ற சிறிய உபகாரத்தைச் செய்து பெறுகிறேன். அந்த வைத்தியத்தைச் சொல்லித் தந்தவர் இந்த மாசிலாமணி முதலியார். வைத்தியத்தை நான் வைத்திருக்கும் வரையிலாவது இந்தப் படத்தை வைத்திருக்க வேண்டாமா?"

"நல்ல காரணந்தான். இந்தக் காலத்தில் யார் நன்றியை நினைக்கிறார்கள்?"

"நினைக்காதவர்களைப் பற்றி நாம் கவலைப்பட வேண்டியதில்லை. நாம் நினைப்போமே! நன்றியை நினைக்கிறது என்று சொல்லும் போது எனக்கு ஒரு பெரிய கதை நினைவுக்கு வருகிறது. அந்தக் கதைக்கு அடையாளமாக ஒரு பொருளை வைத்திருக்கிறேன். அதை நீங்கள் பார்த்தால் மிகவும் ஆச்சரியம் அடைவீர்கள். இந்தப் படத்தைக் கண்டு நீங்கள் கேள்வி கேட்டீர்கள். அதைக் கண்டுவிட்டாலோ நீங்கள் பிரமித்துப் போவீர்கள். கொஞ்சம் இருங்கள். அதைக்

கொண்டு. வருகிறேன்" என்று அருகில் இருந்த அறைக்குள் போனார் முத்தானந்தர்.

சிறிது நேரத்தில் பட்டுத் துணியில் கட்டியிருந்த மூட்டை ஒன்றைக் கொண்டு வந்தார். உட்கார்ந்து கொண்டு அதை அவிழ்த்தார். நான் உண்மையிலே ஆச்சரியப்பட்டுப் போனேன்; திடுக்கிட்டேன் என்றே சொல்ல வேண்டும். பட்டுத் துணியில் பாதுகாத்து வைத்திருந்த பொருள் என்னவென்று நினைக்கிறீர்கள்? ஒரு ஜோடிச் செருப்பு!

"என்ன சுவாமிகளே இது?" என்று சற்று உரக்கவே கேட்டுவிட்டேன்.

"இதுவும் அன்புக்கும் நன்றியறிவுக்கும் அடையாளம்!" என்றார் சாமியார்.

"இது எந்த ஆசிரியருடைய திருவடி நிலை?" என்றேன்.

"இது யாரும் அணியாதது."

"ஏன் அணியவில்லை?"

"நான் அணிவதற்காகக் கிடைத்தது இது, ஆனால் அணியவில்லை. மதிப்புக்குரிய பொருளாகப் பாதுகாத்து வருகிறேன்."

நான் ஒன்றும் தோன்றாமல் விழித்தேன். "இதன் கதை பெரியது; அதைச் சொல்கிறேன், கேட்கிறீர்களா?" என்று கதையைத் தொடங்கிவிட்டார்.

அந்த இடத்தில் நூறு குடிசைகளுக்கு மேல் இருந்தாலும் அந்தக் குடிசையை அடையாளம் தெரிந்து கொள்ளலாம். காலையில் எழுந்தவுடன் கந்தர் அநுபூதிப் பாராயண ஒலி அங்கே கேட்கும். காளிமுத்து எழுந்து நீராடித் திருநீறிட்டுக் கொண்டு இந்தப்பாராயணத்தைச் செய்வார். எது தப்பினாலும், இது தப்பாது. அவர் சென்னை மாநகரில் ஒரு சேரியில் வசித்தாலும், அவர் வேலை செய்தது பணம் புரளும் பெரிய பாங்கியில் அங்கே சாவல் செய்யும் வேலை; அவ்வளவுதான். தமக்குக் கிடைத்த சின்னச் சம்பளத்தில் மாசத்துக்கு ஒரு முறை வடபழனிக் கோயிலில் சிறிய அபிஷேகம் செய்யா விட்டால், அவருக்குச் சம்பளம் வாங்கிய திருப்தியே இராது. அவருடைய மனைவி சாது; உழைப்புக்கு அஞ்சாதவள்; யார் வீட்டிலோ வேலை செய்து பத்துப் பன்னிரண்டு ரூபாய் சம்பாதித்தாள். அவர்களுக்கு ஒரு பெண் குழந்தை பிறந்தது. செக்கச் செவேலென்ற நிறமும் கண்ணும் மூக்கும் யார் கண்டாலும் கொஞ்சம் எடுத்து வைத்துக் கொஞ்சவேண்டுமென்று தோன்றும்.

இந்த இடத்துக்கு அருகிலுள்ள ரோடு வழியே காய் கறி விற்கும். பேர்வழி ஒருவர் தம் கூடைகளை ஒரு கை வண்டியில் வைத்துத் தள்ளிக் கொண்டே போவார். அங்கங்கே சென்று காய்கறி விற்றுப் பிழைத்து வந்தார் அவர். ஒரு நாள் அவர் வேகமாக வண்டியைத் தள்ளிக் கொண்டு போகும் போது, காளிமுத்துவின் குழந்தை அந்தப் பக்கமாக நடந்து கொண்டிருந்தது. திடீரென்று அது ரோடைத் தாண்டும் போது, காய்கறி வண்டி வந்து விட்டது. ஒரு கணம் தப்பியிருந்தால், குழந்தையின் மேல் சக்கரம் ஏறியிருக்கும். நல்ல வேளை! காய்கறிக்காரக் குப்புசாமி நிதானித்துக் கொண்டார்; சட்டென்று

வண்டியை ஒடித்துக்கொண்டார். வண்டியில் இருந்த ஒரு கூடை கீழே சாய்ந்துவிட்டது. குழந்தையும் இந்தக் கலவரத்தில் கீழே தடுக்கி விழுந்தது. குப்புசாமி வண்டியை விட்டு, கூடையைத் தூக்காமல் குழந்தையைத் தூக்கித் தடவிக் கொடுத்தார். ஒரு தக்காளிப் பழத்தைக் கொடுத்து ஆறுதல் சொன்னார். "நீ எங்கே இருக்கிறாய் குழந்தாய்?" என்று கேட்டு, அதனுடன் காளிமுத்துவின் குடிசைக்கு வந்து குழந்தையை விட்டு விட்டுப் போனார்.

அது முதல் அந்தக் குழந்தையிடம் குப்புசாமிக்கு ஒரு பாசம் விழுந்துவிட்டது. அந்தப் பக்கம் வரும்போதெல்லாம், குப்புசாமி அந்தக் குடிசைக்கு வந்து, குழந்தையைக் கண்டு சிறிது நேரம் கொஞ்சிவிட்டே போவார். வரும் போது, கையில் குழந்தைக்குப் பிஸ்கோத்தோ, பழமோ கொண்டு வருவார். அவருக்கு வயசு கிட்டத் தட்ட அறுபது இருக்கும். காளிமுத்துவின் மனைவி அவரை அண்ணன் முறை வைத்துப் பேசுவாள். நாளடைவில், அவர் அந்தக் குடும்பத்தின் நெருங்கிய உறவினரைப் போல ஆகிவிட்டார்.

காளிமுத்துவின் மனைவி வேலை செய்து கொண்டிருந்த வீடு ஒரு பெரிய செல்வர் வீடு. அவள் அந்த வீட்டு அம்மாளிடம் சிபாரிசு செய்து குப்புசாமியிடம் காய்கறி வாங்கும்படி செய்தாள். அந்த அம்மாளுடைய தயவால் இன்னும் பலருடைய வாடிக்கையும் அவருக்குக் கிடைத்தது. "தங்கச்சி, உன்னாலே என் வியாபாரம் பெருகிப் போயிற்று" என்று அடிக்கடி அவர் சொல்வார்.

காளிமுத்து மிகவும் சிக்கனமாக வாழ்கிறவர். தம் குடிசையைத் தாமே கட்டிக் கொண்டார். அதற்கு ஆன செலவைத் தம்முடைய வருவாயிலிருந்தே செய்தார். அநாவசியச் செலவு என்பதே அவரிடம் இல்லை.

ஒரு நாள் குப்புசாமி வந்தபோது, காளிமுத்து வேலைக்குப் போயிருந்தார். குடிசைக்குள் அவருடைய செருப்புக் கிடந்தது. குப்புசாமி காளிமுத்து மனைவியிடம், "அவர் பாங்கிக்குப் போகவில்லையா?" என்று கேட்டார். "போயிருக்கிறாரே!" என்று பதில் சொன்னாள் அவள்.

"செருப்பு இங்கே இருக்கிறதே!" என்றார் குப்புசாமி.

"அதை எப்போதும் அவர் போட்டுக் கொள்கிறதில்லை. அதிக வெயிலாக இருந்தால் போட்டுக் கொள்வார். செருப்புச் சீக்கிரம் பிய்த்துவிடக் கூடாது என்பது அவர் எண்ணம்."

"செருப்புப் பிய்ந்தால், புதுச் செருப்பு வாங்கிக் கொள்கிறது."

"ஆறு ஏழு ரூபாய் இல்லாமல் புதுச் செருப்பு வருமா? அப்படியெல்லாம் செலவழித்துக் கொண்டிருந்தால், எங்களுக்குக் கட்டுமா, அண்ணாத்தை?" என்று அவள் கூறிய போது குப்புசாமிக்கு இரக்கமாக இருந்தது. .

அந்தப் செருப்புப் பழையது. போட்டுக் கொண்டு வேகமாக நடந்தால், பிய்ந்துவிடும் நிலையில் தான் இருந்தது. புதுச் செருப்பு வாங்கக்கூட யோசிக்கும்

நிலையில் காளிமுத்து இருப்பதை எண்ணிக் குப்புசாமி மிகவும் வருந்தினார்.

★

ஒரு நாள் அந்தச் செருப்பைக் காணவில்லை. காளிமுத்து அதைத் தேடித் தேடிப் பார்த்தார்; காணவில்லை. இனியாவது புதுச் செருப்பு வாங்குவார் என்று எதிர் பார்த்தார் குப்புசாமி. காளிமுத்து வாங்குவதாகத் தெரிய வில்லை "என்ன தம்பி, புதுச் செருப்பு ஒன்று வாங்கிப் போட்டுக் கொள்ளக் கூடாதா? மாசம் ஐந்து ருபாய் சாமிக்கு அபிஷேகம் செய்யச் செலவழிக்கிறாயாமே! ஒரு மாசம் அதை நிறுத்திச் செருப்பு வாங்கிக்கொள்ளக் கூடாதா?" என்று கேட்டார் குப்புசாமி. "இந்த உடம்பைத் தந்த பெருமானுக்கு அது கூடச் செய்யாமல் இருக்கலாமா?" என்று காளிமுத்து உரைத்ததைக் கேட்ட போது குப்புசாமிக்கு ஒருபக்கம் ஆச்சரியமும், ஒரு பக்கம் இரக்கமும் உண்டாயின.

ஒரு நாள் திடீரென்று அந்தக் குடிசைக்குள் ஒரு ஜோடிப் புதுச் செருப்பு இருந்தது. அதைக் காளிமுத்து பார்த்து, "இது ஏது?" என்று தம் மனைவியைக் கேட்டார்.

"எனக்குத் தெரியாதே!" என்றாள்.

தம் குழந்தை எங்கே இருந்தாவது கொண்டு வந்து வைத்து விட்டாளோ என்று எண்ணி விசாரித்தார். அப்படியும் நடந்ததாகத் தெரியவில்லை. செருப்பு, புத்தம் புதியதாக இருந்தது.

“நம் வீடு தேடி வந்திருக்கிறது. நீங்கள் போட்டுக் கொள்ளுங்கள்” என்றாள் அவர் மனைவி.

“இதைப் போட்டுக்கொண்டு வீதியிலே போகும் போது எவனாவது திருட்டுப் பட்டம் கட்டி இழுத்துப் போக வேண்டுமா?” என்று கேட்டார் காளிமுத்து.

அவர்கள் இவ்வாறு பேசிக் கொண்டிருக்கையில் காய்கறி வண்டிக் குப்புசாமி அங்கே வந்து சேர்ந்தார். அவள் அவரிடம் செருப்பைப் பற்றிச் சொன்னாள். “வடபழனி ஆண்டவனே தம்பிக்கு இரங்கி இந்தச் செருப்பைக் கொண்டு வந்து போட்டிருக்கலாம், ஆண்டவன் அருளாகத்தான் இருக்கும்” என்று குப்புசாமி சொன்னார்.

“என் ஆண்டவனை எனக்குத் தெரியும் அண்ணே. அவன் எனக்குச் செருப்புத்தர வேண்டுமானால், இப்படிக் கொண்டு வந்து வைக்க மாட்டான்” என்று சொன்ன காளிமுத்து, வெறுங்காலோடு தம் கடமையை ஆற்றப் போய்விட்டார்.

“அண்ணாத்தை, இது என்ன அதிசயமாய் இருக்கிறது! அன்று பழஞ் செருப்புப் போன விதமும் தெரியவில்லை. இன்று புதுச் செருப்பு வந்த விதமும் தெரிய வில்லை” என்று காளிமுத்து மனைவி சொன்னாள்.

குப்புசாமி சிரித்துக் கொண்டார்; “தம்பி வெறுங்காலோடு நடக்கிறதைக் கண்டு எனக்குக் கஷ்டமாக இருந்தது. அந்தப் பழஞ் செருப்புப் போய்விட்டால், புதுச் செருப்பு வாங்குவார் என்று நான்தான் அதைத் திருடிக் கொண்டு போனேன். அவர் வாங்கவில்லை. சரி, புதுச் செருப்பு வாங்கி வைத்துவிடலாம் என்று நானே வாங்கிக்

கொண்டு வந்து, வைத்தேன். இப்போது இதைப் போட்டுக்கொள்ள மாட்டேன் என்கிறார்!"

"அதென்ன அண்ணாத்தை, நியாயமான காரியமா? நீங்கள் எதற்குக் கையிலிருந்து பணம் போட்டுச் செருப்பு வாங்க வேணும் நம் குழந்தைக்குப் பிஸ்கோத்து, மிட்டாய் என்று அடிக்கடி வாங்கித் தருகிறீர்கள். அந்தச் செலவோடு இது வேறா"

"இதெல்லாம் ஒரு செலவா? உன்னால் எனக்கு எத்தனை கிராக்கி கிடைத்திருக்கிறது, தெரியுமா?. அதற்கெல்லாம் கமிஷன் போட்டுக் கொடுக்கிறதென்றால், மாசத்துக்கு ஒரு புடைவை வாங்கிக் கொடுக்க வேண்டும். அது கிடக்கட்டும் தங்கச்சி. எப்படியாவது இந்தச் செருப்பை அவர் போட்டுக் கொள்ளும்படி செய்தால் உனக்குக் கோடி புண்ணியம் உண்டு."

"அவரைப் பற்றி உங்களுக்கு ஏன் அவ்வளவு அக்கறை?"
"எனக்கு வியாபாரம் பெருக நீயும் உன் குழந்தையும் காரணம். ஏதாவது பதில் உபகாரம் செய்ய வேண்டுமென்று எண்ணினேன். கொஞ்ச காலமாவது நிற்கிற சாமானாக வாங்கித் தர வேண்டுமென்று நினைத்தேன். அப்போது அந்தப் பழஞ் செருப்பு என் கண்ணில் பட்டது. உடனே இந்த யோசனை செய்தேன். அவர் இந்தச் செருப்பைப் போட்டுக்கொண்டு நடந்தால் நான் பட்ட கடன் தீர்ந்ததுபோல இருக்கும். தங்கச்சி, எனக்காக அவரிடம் வாதாடிப் பாரேன்" என்று கெஞ்சிக் கேட்டுக் கொண்டார் குப்புசாமி.

"பார்க்கிறேன்" என்று சொல்லியனுப்பினாள் அவள்.

அவள் காளிமுத்துவிடம் சொல்லிச் சொல்லிப் பார்த்தாள். குப்புசாமி நன்றியறிவு காரணமாக அதைத் தந்திருக்கிறார் என்பதையும், எப்படியாவது அது பயன்பட வேண்டுமென்று அவர் ஏங்கியிருப்பதையும் சொன்னாள். காளிமுத்து கேட்கவில்லை. "அடி பைத்தியக்காரி, வேறு ஒருவர் இரங்கித் தந்தால் அதை வாங்கிக் கொள்ளலாமா? அது கௌரவப் பிச்சைக்குச் சமானம். அவசியமாக இருந்தால், கொஞ்சம் பணம் சேர்த்து நாமே வாங்கிக் கொண்டால் போகிறது. நான் அந்தப் புதுச் செருப்பை நிச்சயமாகக் காலில் போட்டுக்கொள்ள மாட்டேன்!" என்று சொல்லிவிட்டார்; "அதை அப்படியே அவரை எடுத்துக் கொண்டு போய் விடச் சொல் வேறு யாருக்காவது கொடுக்கட்டும்" என்றார்.

"இதை உங்கள் காலுக்காகவே அளவெடுத்துச் செய்யச் சொன்னாராம்."

"எனக்குத் தெரியாமல் அவர் எப்படி அளவெடுத்தார்?"

"உங்கள் பழைய செருப்பிலிருந்து."

"அதுதான் காணாமற் போய்விட்டதே!"

"அவரே அதை எடுத்துக்கொண்டு போனாராம்."

"அப்படியானால், அந்தப் பழஞ் செருப்பை மறுபடியும் கொண்டுவந்து போடச் சொல்."

"அதை எங்கேயோ தூக்கி எறிந்து விட்டாராம்."

“சரிதான். அப்படியானால் நானாகப் புதுச் செருப்பு வாங்குகிற வரைக்கும் வெறுங் காலோடு நடக்கிறேன். என் கால் தேய்ந்து போகாது. நான் இப்படி நடக்க வேண்டுமென்பது ஆண்டவன் திருவுள்ளம். அதனால் இப்படி ஒரு வேடிக்கை செய்திருக்கிறான்.”

அவர் இப்படிச் சொல்லிப் பாங்கிக்குப் போய் விட்டார்.

மறுநாள் குப்புசாமி வந்தார். அப்போது காளிமுத்து வீட்டில் இருந்தார். அவரைக் கண்ட காய்கறிக்காரர் அழாக்குறையாக, “தம்பி, நான் பெரிய தப்புப் பண்ணி, விட்டேன். அந்தப் பழஞ் செருப்பை நான்தான் திருடி எங்கேயோ எறிந்துவிட்டேன். புதுச் செருப்பை நீங்கள் போட்டுக்கொள்ள வேண்டும் என்பதற்காக அப்படிச் செய்தேன். பாவி! இப்போது தம்பி வெறுங் காலோடு நடப்பதைப் பார்க்கிற போது நான் பெரிய பாவம் செய்துவிட்டதாக எண்ணுகிறேன். எப்படியாவது நீங்கள் செருப்பைப் போட்டுக்கொண்டு நடக்க வேண்டும்” என்று கெஞ்சிய குரலில் கூறினார்.

“அண்ணே, நான் சொல்கிறதைக் கொஞ்சம் கேட்க வேண்டும். நீங்கள் என்னுடைய அண்ணனைப் போல. ஆனாலும் நாங்கள் உங்களுக்கு ஓர் உபகாரமும் செய்யவில்லை. அப்படியிருக்க இதை வாங்கிக் கொள்ளலாமா? நீங்கள் வயசில் பெரியவர்கள். உங்கள் உழைப்பில் நான் பங்குபெறுவதுதான் பாவம். இந்தச் செருப்பைப் பார்க்கிற போதெல்லாம் இது என் கண்ணை உறுத்துகிறது. உங்களுக்கு வீண் செலவு வைத்து விட்டேனே என்று தோன்றுகிறது. இதை நீங்கள் எடுத்துக்கொண்டு போய்விடுங்கள். எனக்கு நீங்கள் நல்லது செய்ய வேண்டு மென்று எண்ணினால், அதைச்

செய்யுங்கள். அதைப் பார்க்கும் போதெல்லாம் வயசான உங்கள் பாவத்தை நான் கொட்டிக்கொண்டதாகவே எனக்குப் படுகிறது.''

குப்புசாமி பாவியா, காளிமுத்து பாவியா என்று யோசிக்கும்படி இருந்தன, இரண்டு பேருடைய பேச்சும். கடைசியில் காளிமுத்துவே வென்றார். குப்புசாமி. பேசாமல் கண்ணில் நீர் துளிக்க அந்தச் செருப்பை எடுத்துக்கொண்டு போனார், காளிமுத்து, பாரம் இறங்கியது போலப் பெருமூச்சு விட்டார்.

அதற்குப் பின் குப்புசாமி முன் போல் அடிக்கடி அந்த வீட்டுக்கு வருவதில்லை. அவருக்கு என்ன எண்ணமோ தெரியவில்லை. நம் வார்த்தையைக் கேட்கவில்லை என்ற கோபமோ என்று எண்ணினார் காளிமுத்து. ஆனால், ஆறு மாசம் கழித்து அந்தச் செருப்பை மறுக்காமல் வாங்கிக்கொள்ள வேண்டிய அவசியம் நேர்ந்தது அவருக்கு.

ஒரு நாள் யாரோ ஒருவர் அந்தச் செருப்பை எடுத்துக்கொண்டு காளிமுத்துவைத் தேடி வந்தார்; ''நீங்கள்தாம் காளிமுத்துவோ?'' என்று கேட்டார்.

''ஆம்'' என்று அவர் சொன்னார்.

''காய்கறி வண்டிக் குப்புசாமியை உங்களுக்குத் தெரியுமா?'' என்று வந்தவர் கேட்டார்.

''நன்றாகத் தெரியுமே! அந்தப் பெரியவர் இங்கே சில காலமாக வருவதே இல்லையே!''

“அவர் இனிமேல் வரமாட்டார்.”

“ஏன்?”

“அதைத்தான் சொல்ல வந்தேன். அவர் ஒரு மாசமாக நோய்வாய்ப்பட்டிருந்தார். இரண்டு நாளைக்கு முன்தான் காலமானார்.”

“என்ன காலமாகிவிட்டாரா?” என்று காளிமுத்துவும் அவர் மனைவியும் திடுக்கிட்டுக் கேட்டார்கள். அந்தப் பெண்மணி அழுதேவிட்டாள்.

“அவர் இறந்து போகும்போது, என்னிடம் ஒரு வேண்டுகோளைச் சொன்னார். அதை நிறைவேற்றத் தான் இங்கே வந்திருக்கிறேன். இந்தச் செருப்பை உங்களுக்குக் கொடுத்துத் தம் நன்றிக் கடனைத் தீர்த்துக் கொள்ள வேண்டுமென்று மிகவும் ஆசைப்பட்டாராம். அது முடியவில்லையாம். எப்படியாவது இதை உங்களிடம் சேர்த்துவிட்டால் தம் ஆத்மா சாந்தி அடையும் என்று சொன்னார். இந்த வீட்டைத் தேடிக் கண்டு பிடிப்பது சிரமமாக இருந்தது. அந்தப் பெரியவர் மிகவும் மானி. மிகவும் நல்லவர். அவர் ஆசையை நிறைவேற்ற இங்கே வந்தேன்” என்று சொல்லிக் கையில் கொண்டு வந்த பொட்டலத்தை அவிழ்த்துச் செருப்பை எடுத்து வைத்தார்; “சரி எனக்கு வேலை இருக்கிறது; போய் வருகிறேன்” என்று சொல்லிப் போய்விட்டார். .

காளிமுத்து திக்பிரமை பிடித்து உட்கார்ந்திருந்தார். அந்தப் பெரியவர் உள்ளம் எவ்வளவு வேதனை அடைந்திருக்கும் என்று இப்போது ஊகித்துப் பார்த்தார்.

அவர் கண்களில் நீர் சுரந்தது. அவருடைய மனைவியோ புலம்பிக் கொண்டிருந்தாள். சிறிது நேரம் இப்படி இருந்தார். காலக் கழுவிக்கொண்டு வந்தார். அந்தச் செருப்பை எடுத்துத் தலையில் வைத்துக் கொண்டார். சுவரில் முருகன் படம் ஒன்றை மாட்டியிருந்தார். அதன்கீழ் அமர்ந்துதான் அவர் தினந்தோறும் அநுபூதிப் பாராயணம் செய்வார். அங்கே கொண்டு போய் அந்தச் செருப்பை வைத்தார். ஒரு பூவை எடுத்து அதன் மேல் வைத்தார். 'முருகா! முருகா! முருகா!' என்று அவர் விம்மினார். அவர் அந்தச் செருப்பைப் போட்டுக்கொள்ளவில்லை; பூசித்து வந்தார்.

காலம் எப்படி எப்படியோ மாறியது. காளிமுத்துவின் மனைவியும் குழந்தையும் இறந்துபோனார்கள். பெரியவர் மனம் புண்பட்டதனால் வந்த விளைவோ என்று எண்ணினார், அவர் வாழ்த்துவாரேயன்றிச் சாபம் இட்டிருக்க மாட்டார் என்ற எண்ணம் அப்புறம் தோன்றியது. காளிமுத்துவுக்கு இப்போது ஒவ்வொரு பந்தமாக நழுவிக் கொண்டு வந்தது. வீடும் குலைந்து போயிற்று. அவர் வேலையை விட்டுவிட்டுக் கிடைத்த கொஞ்சம் பணத்தை எடுத்துக்கொண்டு கோயில் கோயிலாகச் சென்று சுற்றனார். ஆறு படைவீடுகளையும் தரிசித்தார். பழனியில் ஒரு பெரியவரிடமிருந்து வைத்தியம் கற்றுக் கொண்டார்...... பிறகு...... .

★

எனக்கு அதற்குப் பிறகு நடந்த கதை தானே விளங்கிவிட்டது. "அப்படியானால்.....?" என்று ஆச்சரியத்தோடு நான் வாயைப் பிளந்தேன்.

“ஆம்; அந்தக் காளிமுத்துதான் இப்போது முத்தானந்தனாக இருக்கிறேன். அந்தப் பெரியவரின் தெய்விக உள்ளத்தின் பெருமையை இன்று நன்றாக உணர்கிறேன். அவர் கொண்டிருந்த அன்பையும், அந்தப் பெண் பிள்ளையால் தமக்கு ஏதோ சிறு லாபம் கிடைத்தது என்றதனால் மேற்கொண்ட நன்றியுணர்வையும் தெய்வப் பண்புகளாகவே எண்ணி எண்ணி உருகுகிறேன். அதற்கு அடையாளம் இது.”

பட்டுத் துணியில் பொதிந்திருந்த அந்தச் செருப்பு இன்னும் யார் காலிலும் அணியாத புதிய செருப்பாக, முத்தானந்தருடைய பெரு மதிப்புக்குரிய பொருளாக, விளங்கியது. அவர் சொன்ன கதையைக் கேட்டு எனக்கும் கண்ணீர் துளித்தது.

அவர் அந்தச் செருப்பை மறுபடியும் பட்டுத் துணியில் வைத்துக் கட்டத் தொடங்கினார்.

5. மங்க்—கீ !

“மங்க்-கீ!”-அவனுடைய குரல் வாசல் நிலையைக் கிழித்துக்கொண்டு உள்ளே நுழைந்தது. டார்ஸான் தன் அருமை மகனைக் கூப்பிடுவது போலக் கூப்பிட்டான் அவன். குழந்தை சுந்தரி உள்ளேயிருந்து ஓடிவந்தாள். குரலோ உள்ளே போய் லலிதாவினுடைய குடலைக் குழப்பியது.

அவன் முகத்தில் சிரிப்பு; குழந்தைக்கு அப்பாவைக் கண்டு ஆனந்தம். அந்தச் சொல்லுக்கு இன்ன அர்த்தம் என்று அதற்குத் தெரியுமா, என்ன? ஆனால் பெற்ற தாய் கண்ணிலோ நீர்த்துளி ததும்பும். இது ஒரு நாள் அல்ல, இரு நாள் அல்ல; தினந்தோறும் நடக்கும் காட்சி; கேலிச் சித்திரக்காரன் ‘பராய்’ வீட்டில் நடைபெறும் காட்சி.

‘பராய்’ என்ற பெயரைக் கொண்டு அவனை மங்களூர்க்காரனோ, அஸ்ஸாம்காரனே என்று எண்ணி விட வேண்டாம். அவன் சுத்தத் தமிழன். சுப்பராயன் என்ற திருநாமத்தையே அப்படிக் கோணலாகக் குறுக்கி வைத்துக் கொண்டிருக்கிறான்.

யார் வீட்டிலாவது குழந்தை பிறந்திருக்கும். அந்தச் செய்தியைத் தன் பாணியில் அவன் சொல்வான்; “அந்த வீட்டில் ஒரு புதிய அழுகை புறப்பட்டிருக்கிறது” என்று. “இது பராயின் வக்கணை” என்பான். பெண் குழந்தை பிறந்தால், “ஊருக்குப் பிறந்திருக்கிறது” என்பான். ஆணாக இருந்தாலோ, “கொள்ளி வைக்கப் பிறந்திருக்கிறது” என்பான். எதற்கும் கோணலான பேச்சு.

அவன் தன் முறையில் எதற்கும் பேர் வைப்பதில் புலி. அவனுக்குக் கல்யாணம் ஆயிற்று. வெடவெடவென்று ஒல்லியாய் ஆழகாய் மின்னல் கொடிபோல லலிதா மனைவியாக வந்தாள். அவளை இந்தக் கோமாளி எப்படி அழைக்கிறான் தெரியுமோ? 'ச்சிவிங்கீ'! என்று முதல் எழுத்தை அழுத்தந் திருத்தமாக உச்சரித்து அழைப்பான். அவள் ஒட்டைச்சிவிங்கி மாதிரி உயரமாக இருக்கிறாளாம்!

அவனுடைய கிண்டலும் கோமாளித்தனமும் அவளுக்குப் பிடிக்கிறதே இல்லை. "எதற்கெடுத்தாலும் இந்தக் கோமாளித்தனந்தானா?" என்று கேட்பாள்,

"வாழ்க்கையில் எப்போதும் சிரிப்பும் கொம்மாளமுமாகத்தான் இருக்க வேண்டும்" என்பான்.

யாராவது நண்பர், "உங்கள் சித்திரத்தோடு கேலியையும் கிண்டலையும் வைத்துக் கொள்ளுங்கள் எதற்காக வாழ்க்கையிலும் இந்தக் கிண்டல்?" என்றால், "கேலிச் சித்திரம் கலையானால் என் வாழ்க்கையையும் கலையாகவே ஆக்கி வாழ ஆசைப்படுகிறேன்" என்பான்.

"நல்ல கலை ஐயா. இது! கேலியும் கிண்டலுமா?"

"பின்னே அழுகையும் ஒப்பாரியுமாக இருக்க வேண்டும் என்கிறீர்களா?"

அவன் ஒரு சிறிய வீடு கட்டிக்கொண்டான். அதற்கு ஒரு விலாசம் வேண்டாமா? 'பராய்' முத்திரையோடு ஒரு

பெயரைச் சூட்டினான். "மண் கல் மாளிகை" என்ற பெயர் தாங்கியது அந்த வீடு.

"இதென்ன ஐயா பெயர்? மண்ணைக் கொண்டா கட்டினீர்?"-ஒருவர் கேட்டார்.

"மண் அல்ல; மண் கல்; அதாவது மண்ணால் உண்டான செங்கல்லால் கட்டின வீடு இது. நான் என்ன கடவுளா, கருங்கல்லால் வீடு கட்டிக்கொள்ள?" என்று விளக்கம் கூறனான்.

இதிலே ஒரு வேடிக்கை நிகழ்ந்தது. தன் வீட்டுப் பெயரை ஆங்கிலத்தில் கடிதத் தாளில் அச்சிட்டிருந்தான். அதை யாரோ வெளியூர்க்காரரர் படித்துப் பார்த்திருக்கிறார். மண்கால் மாளிகை, மாண் கல் மளிகை, மங்கால் மாளிகை என்றெல்லாம் தட்டுத் தடுமாறிக் கடைசியில் மங்கல் மாளிகை என்று தீர்மானம் செய்து கொண்டார். ஒரு கடிதத்தில் தெளிவாகத் தமிழில் மங்கல மாளிகை என்றே விலாசமிட்டுக் கடிதம் எழுதினார். மண்கல் மாளிகை மங்கல மாளிகை ஆனது சுப்பராயனுக்கே வியப்பாக இருந்தது. தன்னுடைய நாமகரணக் கலையின் பெருமையை உணராத அந்த அன்பரை எண்ணி இரங்கினான். கடிதத் தாளை அடுத்த தடவையிலிருந்து தமிழிலே அச்சடித்து வைத்துக் கொண்டான்.

சுப்பராயன் தன் வீட்டில் பேசும் பேச்சே அலாதி. எல்லாம் குழூஉக்குறி. சாப்பிட்டுக் கொண்டிருக்கும்போது, "சமுத்திரம்" என்பான்; எதற்கோ உப்பு வேண்டும் என்று அர்த்தம்! "சீப்பைக் கொண்டா, சீப்பைக் கொண்டா" என்பான். சாப்பிடும்போது எதற்குச்

சீப்பு என்று நாம் யோசிப்போம். உணவில் ஏதோ ரோமம் இருக்கும்; அதைக் குறிப்பிக்கும் பரிபாஷை அது!

★

அவனுக்குப் பெண் குழந்தை பிறந்தது. அவன் மாமனார் சுந்தரி என்று பெயர் வைத்தார். அந்தப் பெயருக்கு ஏற்ற குழந்தை. அதனிடம் அவனும் அவன் மனைவியும் உயிராக இருந்தார்கள். அந்தக் குழந்தைக்கு அவன் ஒரு செல்லப் பெயர் வைத்துக் கூப்பிட்டான். வெளியிலே யிருந்து வரும்போதெல்லாம் அந்தப் பெயரைச் சொல்லி அழைத்துக்கொண்டே வருவான். "மங்க்-கீ!" என்று அவன் அழைக்கும்போது குழந்தை ஒரு கபடும் தெரியாமல் அப்பாவை எதிர்நோக்கி ஓடும். அம்மாவோ, "ஐயோ! இந்தச் சுபாவம் போகாதா" என்று உள்ளம் குமுறுவாள்.

"இப்படிக் கூப்பிடாதீர்களேன்; எனக்கு அவமானமாக இருக்கிறது!" என்று அவள் அழுவாள்.

"என்னடி அவமானம்? குழந்தை அழகி என்று நாமே விளம்பரம் பண்ணவேணுமோ? இதெல்லாம் ஒரு வேடிக்கை; வாழ்க்கையைக் குஷியாகக் கழிக்கிற வழி!" என்பான்.

"என்ன குஷியோ! கடவுளுக்குத்தான் வெளிச்சம்!"

பிள்ளைப் பேற்றுக்காகச் சுப்பராயன் மனைவி தன் தகப்பனார் ஊருக்குப் போயிருந்தாள். அவருக்கு இரண்டு ஆண்டுகளுக்கு ஒரு முறை மாற்றலாகும். இப்போது ஒரு

புது ஊருக்குப் போயிருந்தார். அங்கே எல்லா வசதிகளும் இருந்ததனால் தம் பெண்ணைப் பிரசவத்துக்கு அழைத்துச் சென்றிருந்தார்.

ஊருக்குப் போனவள் இரண்டு கடிதம் போட்டாள். பிறகு கடிதமே வரவில்லை. பின்பு மாமனார் சுபச் செய்தியை எழுதி அனுப்பியிருந்தார். ஆண் குழந்தை பிறந்திருப்பதாகவும் தாயும் சேயும் சௌக்கியமாக இருப்பதாகவும் எழுதினார். சுப்பராயனுக்கு ஆண் குழந்தை பிறந்ததில் மகிழ்ச்சிதான். வேலை மிகுதியாக இருந்ததால் புண்ணியாகவாசனத்துக்கு அவனால் போக முடியவில்லை.

குழந்தை பிறந்து இரண்டு மாதங்கள் ஆகிவிட்டன. சுப்பராயன் இன்னும் போய்க் குழந்தையைப் பார்க்கவில்லை. வேலை மிகுதி காரணம் அன்று. லலிதாவிடமிருந்து கடிதமே வரவில்லை. அவள் இப்படி மௌனம் சாதிப்பதற்குக் காரணம் என்ன? அவனுடைய கிண்டல் பேச்சினால் உண்டான கோபமா? என்றும் உள்ள கிண்டல்தானே அது?

"அவள் கடிதம் எழுதட்டும்; போகலாம்" என்று இருந்துவிட்டான். அவள் எழுதவே இல்லை. இரண்டு மாதங்கள் ஆயின. ஆண் குழந்தையாகப் பிறந்திருக்கும் போது போய்ப் பார்க்கவேண்டும் என்ற ஆசை தோன்றாதா?

"குழந்தை என் மாதிரி இருக்கிறதா, உன் மாதிரி இருக்கிறதா? ஏன் நீ கடிதமே எழுதவில்லை? என்னுடைய பரிகாசப் பேச்சுக்களால் உனக்குக்

கோபமா? அல்லது ஏதாவது மனக்குறையா?" என்று இரண்டு மூன்று கடிதங்கள் எழுதினான். பதில் இல்லை.

"நீ வா என்றால் வருகிறேன்; இல்லாவிட்டால் வரவில்லை. உன் மகனை நீயே கொஞ்சிக் கொண்டிரு" என்று கோபமாகக் கூட எழுதினான். அப்பொழுதும் கடிதம் வரவில்லை.

இரண்டரை மாதம் கழித்துத் திடீரென்று ஒரு நாள் அவன் மாமனார் ஊரை நோக்கிப் புறப்பட்டுவிட்டான். தன் வரவை முன்கூட்டியே தெரிவிக்கவில்லை. திடுதிப்பென்று தன் மனைவியின் முன் போய் நிற்க வேண்டுமென்றே அப்படிப் புறப்பட்டான்.

அந்த ஊர் சென்று மாமனார் வீட்டை விசாரித்துக் கொண்டு போனான் போய்க்கொண்டிருந்த போது, அவன் காதில் தன் மாமனார் பேர் விழுந்தது. "அந்த வீட்டில் பிறந்திருக்கும் குழந்தையைப் பார்த்தாயோ? அதற்கு என்ன அப்படி—" அதற்கு மேல் ஒன்றும் விழவில்லை. அதிலிருந்து குழந்தைக்கு ஏதோ உடம்பு சரியில்லை என்று ஊகித்துக்கொண்டான். 'அடி பைத்தியமே! இதை எனக்கு எழுதக் கூடாதோ?' என்று மனத்துக்குள் சொல்லிக்கொண்டான்.

வீட்டை அடைந்தான். மாமனார் அவனைக் கண்டு ஆச்சரியப்பட்டுப் போனார், "என்ன இது? வருவதாகவே எழுதவில்லையே!" என்றார்.

"அப்படியானால் திரும்பிப் போகட்டுமா?" என்று தன் சுபாவம் போகாமல் கேட்டான் சுப்பராயன்.

“வாருங்கள் உள்ளே” என்று அழைத்துச் சென்றார் மாமனார்.

லலிதா தலையை நீட்டவில்லை. அவன் பொறுமை தாங்காமல் அவள் இருந்த அறைக்குப் போனான். அவள் குழந்தையைக் கீழே படுக்க வைத்திருந்தாள். “என்ன?” என்று கேட்டுக்கொண்டே உள்ளே போனான். அவள் பேசவில்லை. கையினால் குழந்தையைக் காட்டினாள். அவன் கண்கள் குழந்தையின் மேல் விழுந்தன. அவ்வளவுதான்! அவன் காதுகளில் ஆயிரம் குரல்கள், “மங்க்-கீ மங்க்-கீ மங்க்-கீ!” என்று அலைமோதி ஆரவாரித்துப் புயலின் பேரிரைச்சலாகக் கிளம்பின.

குழந்தை கண்குழிந்து, மூக்கு இருக்கும் இடமே தெரியாமல் ஒட்டி, டார்வின் நியாயத்தை நிரூபிப்பதாய்க் கொழுகொழுவென்று கிடந்தது.

ஐந்து நிமிஷம் அவன் அசந்துபோய் நின்று விட்டான். பேச்சு வரவில்லை. பேசாமல் வெளியிலே நழுவினான்.

அந்தக் கணத்திலிருந்து அவனுடைய கிண்டலும் கோமாளித்தனமும் இருந்த இடம் தெரியாமல் கால் வாங்கி ஓடிவிட்டன!

6. வேப்ப மரம்

இந்த ஆண்டுதான் அது பூத்திருந்தது. பருவம் அடைந்த மங்கையைப் போல் அவருக்கு அது காட்சி அளித்தது. பச்சைப் பசிய வானத்திலே அங்கங்கே கொத்துக் கொத்தாக நட்சத்திரங்கள் ஒளிவிட்டால் எப்படி இருக்கும்? அப்படித் தான் இருந்தது. அடர்ந்து வளர்ந்த பசுமைச் சூழலினிடையே சிறிய சிறிய வெள்ளை மலர்கள். அதற்கு ஒரு தனி மணம். இறைவனுடைய படைப்பில் உள்ள கலை அழகைக் காட்டும் மரம் அல்லவா அது? இரு புறமும் ஒழுங்காகக் கத்தரித்து விட்டது போன்ற அமைப்பு; நடுவே நரம்பு. கிளை நரம்புகள் இரு பக்கத்திலும். அடர்த்தியான புருவத்துக்கு இந்த இலையைத்தானே புலவர்கள் உவமை கூறுகிறார்கள்?

மூன்று நான்கு ஆண்டுகளாக வளர்ந்தும் இப்பொழுதுதான் மலர்ந்திருக்கிறது. அதைத் திரும்பத் திரும்பப் பார்த்தார் அவர். தம்முடைய வீட்டில் தாம் வேலை செய்யும் அறையின் சன்னலுக்கு எதிரே அது இருக்க வேண்டுமென்று ஆசைப்பட்டு வளர்த்தார். வீடு மேற்குப் பார்த்தது. சன்னல் தெற்குப் பார்த்தது. அந்த மரத்தின்மேல் பட்டு வரும் காற்றுக்குத் தனி மகிமை உண்டல்லவா?

தாம் பெற்று வளர்த்த பெண் அலங்காரங்களுடன் மணப் பலகையில் உட்காரச் செல்லும்போது தந்தை கண் குளிரப் பார்ப்பானே, அப்படிப் பார்த்து மகிழ்ந்து போனார். இந்த ஆண்டு வருஷப் பிறப்புக்கு அது தன்

மலர்களை உதவும். விலைக்கு வாங்க வேண்டாம். பிறரிடம் யாசகமும் செய்ய வேண்டாம்.

நீண்ட மெல்லிய பச்சைத் தண்டிலே சின்னச் சின்ன வெள்ளைப் பூக்கள் தொங்கின. சன்னல் வழியே அவற்றின் உருவம் நன்றாகத் தெரிந்தது. ‘இதன் இலை, பூ, பட்டை எல்லாம் மனிதனுக்குச் சஞ்சீவி அல்லவா?’ என்று அதன் பெருமையை எண்ணினார்.

முத்துசாமி தாம் வைத்து வளர்த்த வேப்பமரத்தை அழகு பார்த்துக் கொண்டிருந்தார். அதன் முதல் மலர்ச்சியிலே அவர் தம் உள்ளத்தைப் பறி கொடுத்தார். அப்போது அவருடைய பெண் ஓடி வந்தாள். “அப்பா, அப்பா, அந்தச் சின்னப்பன் இல்லே......” என்று எதையோ ஒரு செய்தியைச் சொல்ல வந்தாள்.

முத்துசாமியின் கண்கள் தாம் வளர்த்த மங்கையினிடமிருந்து திரும்பித் தாம் பெற்ற செல்வத்தைப் பார்த்தன. அவர் வாயில் புன்முறுவல் அரும்பியது. இந்தக் குழந்தையும் ஒரு நாள் இந்த மரத்தைப் போல மங்கையாகப் பூசித்து நிற்கும் பருவம் வரும் என்று நினைத்தாரோ? ஆம். உடனே அந்த முறுவலிலே சிறிது வாட்டமும் தொடர்ந்து தோன்றியது. வேப்பமரம் பூத்துக் குலுங்கினால் அதைக் கவலையின்றிப் பார்த்துக் கொண்டே இருக்கலாம். இந்தச் சிறு கொடி அப்படி அல்லவே? இந்தக் கொடி பூத்தால் இதைப் படாவிட ஒரு மரம் தேட வேண்டுமே! பெண்ணைப் பெற்ற தந்தைக்கு இது பெரிய பொறுப்பல்லவா? இந்த எண்ணந்தான் அவர் உள்ளத்துள்ளே வேகமாக ஓடியிருக்க வேண்டும்.

வேப்பமரம் அத்தகைய கவலையை அவருக்கு வைக்கவில்லையே!

"என்ன அப்பா, நான் சொல்வதைக் காதில் வாங்கிக் கொள்ளாமல்..." என்று அந்தச் சிறு கொடி முணுமுணுத்தது.

"என்ன அம்மா சொல்கிறாய்?" என்று அவளை இழுத்து மடிமேல் வைத்துக் கொண்டார்.

"இன்றைக்குக் காலையில் வந்த ரிக்ஷாக்காரச் சின்னப்பன் வேப்பமரத்தில் ஒரு கொத்தை மளுக்கென்று ஒடித்துக்கொண்டு போனான், அப்பா."

"என்ன?"

"பல் குச்சிக்காக ஒடித்திருப்பான் என்று, வேலைக்காரி வேலம்மாள் சொல்கிறாள்."

முத்துசாமிக்குக் கோபம் வந்நது. மங்கைப் பருவம் அடைந்த வேப்பமரத்தைப் பற்றியும் கவலைப்பட இடம் இருக்கிறதே!

"அந்தப் பயல் வரட்டும், சொல்கிறேன்" என்று உறுமினார்; "நான் கண்ணுக்குக் கண்ணாக வளர்த்து வரும் இந்த மரத்தைத் தொட அவனுக்கு எப்படித் தைரியம் வந்தது? நாளைக்கு வரட்டும். கையை ஒடித்து விட்டு மறு காரியம் பார்க்கிறேன்."

அப்பாவின் கோபத்தைக் கிளறிவிட்டு அந்தக் குழந்தை மெல்ல நழுவிவிட்டது. முத்துசாமி யோசனையில் ஆழ்ந்தார். ரிக்ஷாக்காரச் சின்னப்பன் அவர் அகக் கண்ணில் வந்து நின்றான். அவன் கையில் ஒரு கோடரி இருக்கிறது. வேப்பமரத்தின் கிளையை வெட்டுகிறான். அதிலிருந்து இரத்தம் வருகிறது. "அட பாவி!" என்று அவர் கத்துகிறார், எல்லாம் பகற்கனவு. ஆனாலும் அவர் பல்லைக் கடித்துக் கொண்டார்.

மறுநாள் காலையில் அவர் தம் அறையில் உட்கார்ந்திருந்தார். கையும் களவுமாகத் திருட்டைக் கண்டு பிடிக்க வேண்டும் என்ற எண்ணத்தோடு அமர்ந்திருந்தார். தெற்குப் பக்கம் திறந்த வெளி. அங்கே போகிறவர்கள் எட்டி மரத்தில் இலையைப் பறிக்கலாம். சின்னப்பன் அவருக்குத் தெரியாத ஆள் அல்ல.

காலைப் பத்திரிகையில் கண்ணைப் பதித்திருந்தார். சுவாரசியமான செய்தி ஒன்றில் ஆழ்ந்து போனார். அப்போது சலசல சத்தம் கேட்டது. ஆம், திருடன் வந்து விட்டான். சின்னப்பன் வேப்பங் கொத்து ஒன்றைக் கையிலே வைத்துக் கொண்டிருந்தான்.

முத்துசாமி, "அட திருட்டுப் பயலே!" என்று சொல்லி எழுந்து சன்னலோரமாகச் சென்று எட்டிப் பார்த்தார்; "ஏண்டா இதை ஒடிக்கிறாய், கழுதை" என்று கூவினார்.

"வேப்பிலை ஐயா!" என்று அவன் கெஞ்சுவது. போலப் பேசினான்.

"தெரிகிறது. வேப்பிலை தான். ஆனால் அது உங்கள் வீட்டுச் சொத்தோ? குழந்தை கையை ஒடிக்கிற மாதிரி

மளுக்கென்று ஒடிக்கிறாயே! உனக்குப் பல்குச்சிக் காகத்தான் நான் வளர்க்கிறேனோ?" என்று அவர் இரைந்தார்.

"என் மகளுக்கு மாரியாத்தாள் பூட்டியிருக்கிறாள். அதற்காக..."

"சரிதான், போ போ. ஒடித்தது போதாதென்று பொய் வேறு சொல்கிறாயா? இனிமேல் கை வைத்தாய், அந்தக் கையை வெட்டிப் போட்டு விடுவேன்." முத்து சாமிக்கு உடம்பு படபடத்தது.

அவன் வேப்பிலக் கொத்தை அங்கேயே, போட்டு, விட்டுப் போய்விட்டான்.

"திருட்டு நாய்க்கு ரோசத்தைப் பார்!" என்று அவர் ஓடவிட்ட நாயைக் கண்டு குரைக்கும் நாயைப் போலக் கத்தினார்; "இந்தப் பயல்களுக்கு இடம் கொடுத்தாள் வீட்டுக் கூரையையே பட்டப் பகலில் பேர்த்துக் கொண்டு போய் விடுவார்கள். நான் என் கண்ணுக்குக் கண்ணாக வளர்த்து வருகிறேன். இந்தக் கழுதை வந்து ஒடிக்கிறதாவது கேட்டால் வேப்பிலைதானே என்கிறான், வேப்பிலை என்னால் வீதியில் இறைபடுகிறதா?" அவர் கத்திக் கொண்டே இருந்தார். .

"அப்பா, அம்மா குளிக்கச் சொல்கிறாள்" என்று அவளுடைய பெண் குழந்தை நினைவு மூட்டினாள். குளிப்பறைக்குச் சென்று மடமடவென்று நாலைந்து செம்பு குளிர்ந்த நீரை எடுத்துத் தலையில் ஊற்றின பிறகே அவர் கோபம் கொஞ்சம் தணிந்து நிதானம் பிறந்தது.

‘இதற்குப் போய் இவ்வளவு பிரமாதப்படுத்தினோமே!’ என்ற எண்ணம் கூடத் தலை காட்டியது.

சாப்பிடத் தட்டின்முன் அமர்ந்தபோது அவருடைய பத்தினித் தெய்வம், “என்ன, காலை நேரத்தில் அப்படி இரைந்தீர்களே!” என்று கேட்டாள்.

“சின்னப்பனோடு சண்டை போட்டார் அம்மா” என்று பெண் குழந்தை விளக்கினாள்.

அவர் ஒன்றும் பேசவில்லை. சாப்பிட்டுவிட்டுக் கம்பெனிக்குப் போய்விட்டார்.

மாலை நேரம். அன்று ஏதோ புதிய நாவலை வாசித்துக் கொண்டிருந்தார் முத்துசாமி. ஏழைகளைப் பணக்காரர்கள் அலட்சியம் செய்வதையும், அவர்களுடைய உணர்ச்சிகளைக் கிள்ளுக்கீரையாக மதிப்பதையும் ஆசிரியர் அந்த நாவலில் நன்றாகக் கதைப் போக்கிலே எடுத்துக் காட்டியிருந்தார். முத்துசாமிக்கு அந்தக் கதையோட்டத்தோடே மற்றொரு நினைவோட்டமும் கூட வந்தது. ரிக்ஷாக்காரச் சின்னப்பனை வைது திட்டிய காட்சியும் கதைக்கு நிழல் போலத் தொடர்ந்தது. இரண்டு நாட்களுக்கு முன் நிகழ்ந்தபோது இருந்த சூடு இப்போது குறைந்து அமைதி வந்திருந்தது. எரிந்து போன நகரில் வெந்தொழிந்த சாம்பலினிடையே பொருள்கள் சில அரையும் குறையுமாகக்கிடப்பதுபோல, அவர் உள்ளத்தில் கோபக் கனலால் எரியாத நல்ல எண்ணங்கள் சில தலைகாட்டின. “பாவம்!” என்று முணுமுணுத்தார். அப்போது அவருடைய பத்தினித் தெய்வம் அங்கே வந்தாள். “பாவம்! சமாசாரம் கேட்டீர்களோ?” என்று

சொல்லிக்கொண்டே அவர் நாற்காலியைப் பற்றிக் கொண்டு நின்றாள். அவர் முணுமுணுப்பின் எதிரொலியோ அது? அவர், "என்ன?" என்று கேட்டார். அவளும் சின்னப்பனைப் பற்றியே சொன்கனாள்.

"சின்னப்பனுடைய குழந்தை போய்விட்டதாம்!"

"என்னவாக இருந்ததாம் ?"

"அம்மை பூட்டி இருந்ததாம். அது கடுமையாகி இறந்து விட்டதாம். பாவம் ! ஒரே குழந்தையென்று வேலம்மாள் சொன்னாள்."

"என்ன!" -முத்துசாமி இடிந்துபோய் விட்டார். அவருக்குப் பேச்சு எழவில்லை. 'அப்படியானால் அவன் சொன்னது உண்மைதானா? தன் குழந்தைக்கு அம்மை வார்த்தது என்று சொன்னனோ! அதை நாம் சரியாகக் காதில் வாங்கிக் கொள்ளவில்லையே!' அவர் இப்போது அகக் காட்சியில் சஞ்சரிக்கலனார்.

அடுப்பில் வேலையிருந்ததனால் அவருடைய மனைவி உள்ளே போய்விட்டாள்.

அவர் உள்ளத்தே காட்சி ஓடியது. "நீதான் என் குழந்தையைக் கொன்றாய்" என்று சின்னப்பன் அவரைப் பார்த்துக் கூவுகிறான். "ஏழை யென்றுதானே அவனை மிரட்டினாய்?" என்று மடியில் கிடந்த நாவலாசிரியர் கேட்கிறார், "ஒரு கொத்தை ஓடித்தான் என்று உறுமினாயே! அவனுடைய குழந்தையையே கொன்று விட்டாயே!" என்று யாரோ ஒருவர் பேசுகிறார்.

கண்ணை மலர்த்திச் சன்னலுக்கு வெளியே பார்த்தார். எல்லாம் வெறும் பிரமை. அங்கே யாரும் இல்லை. வேப்பமரம் மாத்திரம் தன்னுடைய பூக்களாகிய சிறிய பற்களைக் காட்டிக்கொண்டு சிரித்தது. "அட முட்டாளே!" என்று அது சிரிக்கிறதோ?

முத்துசாமிக்குத் தாமே அந்தக் குழந்தையைக் கொலை செய்துவிட்டது போன்ற ஏக்கம். 'ஒரு கொத்து ஒடித்தால் மரமே பட்டா போய்விடும்? மரம் எதற்காக இருக்கிறது? வருஷப் பிறப்புக்குப் பூங்கொத்தை ஒடிக்க வேண்டுமென்று நினைத்தோமே; அதுமட்டும் செய்யலாமா? மரமும் குழந்தையும் ஒன்றாவார்களா? மரம் வெட்ட வெட்டத் தளிர்க்கும், குழந்தை செத்துப் போனால்...' அவருக்கு மேலே யோசனையை ஓட விடப் பயமாக இருந்தது. புத்தகத்திலே கண் ஓட்டினார். கண் ஓடியதேயன்றிக் கருத்து ஓடவில்லை. சின்னப்பனின் குழந்தை சவமாகத் தம் காலடியிலே கிடப்பது போன்ற உணர்ச்சி. காலை எடுத்து நாற்காலி மேலே வைத்துக் கொண்டார். தம் பேதைமையை நினைத்துக் கொஞ்சம் சிரிப்புக்கூட வந்தது. புத்தகத்தை வைத்துவிட்டு வெளியிலே போய்வரலாமென்று புறப்பட்டார்.

"ஒருகால் எதிரே சின்னப்பன் வந்தால்?" மறுபடியும் உள்ளே போனார். புத்தகத்தை எடுத்தார். வேப்ப மரத்தைப் பார்த்தார்.

அன்று அவருக்குச் சரியான தூக்கமே இல்லை. அந்த வேப்பமரத்திலே நூறு குழந்தைகள் ஏறிக் கொண்டு விளையாடுகிறார்கள். அடுத்த கணத்தில் அத்தனை பேரும் பாம்புகளாக மாறுகிறார்கள். மரத்தின் அடியில்

நாலைந்து பிணம். காற்றுப் பேயாய் அடிக்கிறது. அந்தக் காற்றினிடையே அவருடைய பெண் குழந்தை கிடந்து தடுமாறுகிறது. அதனுடைய தலை முடியைக் காற்று அலைத்துப் பிய்க்கிறது. சின்னப்பன் ரிக்ஷா வண்டியை இழுத்துக்கொண்டு போகிறான். அதில் நிறைய வேப்பந்தழை; அடுத்த கணம் ஏதோ குழந்தையின் பிணம்! பாதிக் கனவில் அவர் விழித்துக்கொண்டார்.

ஒரு வாரம் ஆயிற்று, அவருக்கு நிதானம் உண்டாக. இனிமேல் வேப்பந்தழையை யார் ஒடித்தாலும் கேட்பதில்லை என்று ஒரு விரதம் மேற்கொண்டார்.

2

ஓர் ஆண்டு ஆகியிருக்கும். அவர் எங்கோ கம்பெனி வேலையாகப் போயிருந்தார், மறுபடியும் ஊருக்கு வந்தார். அவருக்கு ஓர் ஆச்சரியம் காத்திருந்தது. அவருடைய வேப்பமரத்தை நன்றாக மொட்டையடித்திருந்தார்கள். அவர் மனைவியைக் கேட்டார். “அது பேயாய்ப் படர்ந்து பழுப்பு இலைகளைக் குப்பை குப்பையாகக் கொட்டியது. யாரோ ஒருவன் இரண்டு ரூபாய் கொடுக்கிறேன் என்று சொன்னான். வெட்டிக்கொண்டு போ என்று சொல்லிவிட்டேன். நேற்றுத்தான் தழை முழுவதையும் வெட்டிக்கொண்டு போனான்” என்றாள். வேப்பமரத்தை அவர் நன்றாகப் பார்த்தார். முழு மொட்டையாக இருந்தது. இப்போது அவருக்குக் கோபம் வரவில்லை. சில மங்கையர் திருப்பதிக்குச் சென்று கூந்தலைப் பிரார்த்தனைக்காகக் களைந்துவிட்டு வந்தால் எப்படித் தோற்றுவார்களோ அப்படி அந்த மரம் தோற்றியது. அவர் மொட்டை மரத்தைப் பார்க்கவில்லை. இன்னும் சில

நாட்களில் தளதள வென்று புதுத் தளிர் விட்டுப் பளபளப்புடன் நிற்கும் கோலத்தையே உள்ளே கண்டார். வேப்பமரமே புதுப் பிறவி எடுக்கப் போகிறது.

ஆனால்—? சுரீரென்றது உள்ளம். செத்துப்போன சின்னப்பனின் குழந்தை அகக்கண்ணில் வந்து நிற்கிறது. இவ்வளவு மாதங்கள் மறந்திருந்த நினைப்பு எங்கிருந்தோ வந்து மேலே மிதந்தது. ஆனால் முன்பு போல் அத்தனை துன்பத்தை உண்டாக்கவில்லை.

இரண்டு நாட்கள் கழித்து அவருடைய பெண் குழந்தைக்குக் கடுமையான ஜூரம் வந்தது. டாக்டர் பார்த்தார். "இரண்டு நாள் பார்த்துக்கொண்டு சொல்கிறேன்" என்றார். பிறகு, "ஒருகால் அம்மை ஜூரமாக இருக்கலாமோ என்று பார்க்கிறேன்" என்றார்.

முத்துசாமிக்குத் தூக்கிவாரிப் போட்டது. "அம்மையா?" —அவர் கலக்கம் அந்தச் சொல்லில் புலம்பியது.

"பயப்படாதீர்கள்; அம்மையாக இருந்தால் என்ன? ஜாக்கிரதையாக இருந்தால் போகிறது!" என்று சொல்லிவிட்டு டாக்டர் போய்விட்டார்.

முத்துசாமிக்குப் பழைய நினைவுகள் வந்தன; "கடவுளே, என்னையே தண்டித்துவிடு; என் குழந்தையை ஒன்றும் செய்யாதே" என்று மோனக்குரலில் அவர் கதறினார்.

டாக்டர் சொன்னபடியே குழந்தைக்கு வைசூரிதான் பூட்டியது. முத்துசாமி எத்தனையோ தெய்வங்களை வேண்டிக்கொண்டார்; என்ன என்னவோ செய்வதாக

நேர்ந்துகொண்டார். நல்ல வேளை! குழந்தைக்கு அம்மை கடுமையாக இல்லை. பத்து நாட்கள் கழித்துத் தலைக்குத் தண்ணீர் விட்டார்கள். முத்துசாமி ஆறுதலாகப் பெருமூச்சு விட்டார்.

★

அன்று மாலே அவர் தம் அறையில் உட்கார்ந்திருந்தார். வேப்பமரத்தில் இலையே இல்லை; கொழுந்துகள் சிறிது சிறிதாகத் தோன்றியிருந்தன. 'நம்முடைய வீட்டில் வேப்பிலை வேண்டியிருந்தபோது நம் மரம் உதவவில்லையே!' என்ற எண்ணம் உண்டாயிற்று. அப்போது அவர் மனைவி வந்து நின்றாள்; "சமாசாரம் கேட்டீர்களா ?" என்றாள்.

"உனக்கு என்ன சமாசாரத்துக்கு? உன் சமாசாரங்களை வைத்துக்கொண்டு ஒரு தினப் பத்திரிகையே நடத்தி விடலாம். உனக்குத்தான் வேலம்மாள் என்ற பிரதான நிருபர் வேறு இருக்கிறாளே!" என்று சிரித்துக் கொண்டே சொன்னார்.

"ஆமாம்; வேலம்மாள் தான் சொன்னாள். குழந்தைக்கு அம்மை பூட்டி யிருந்தபோது வேப்பிலைக்கு என்ன செய்தேன் தெரியுமோ ?"

"ஆமாம், வேப்பமரத்தை மொட்டை யடித்து விட்டு ஊராரிடம் யாசகம் செய்திருப்பாய்."

"வேலம்மாளிடம் சொன்னேன்; அவள்தான் வாங்கி வந்தாள். அவளுக்கு நாள் தவறாமல் சின்னப்பன்தான்

கொண்டுவந்து தந்தானாம். நம் வீட்டில் அம்மை பூட்டியிருக்கிறதென்று தெரிந்து விசாரித்திருக்கிறான். வேலம்மாள் சொல்லியிருக்கிறாள். அவனே சிரத்தையாக ஒவ்வொரு நாளும் கொண்டு வந்து தந்தானாம்.'' முத்துசாமிக்கு அந்தக் கணத்திலே ஓடிப்போய்ச் சின்னப்பன் காலில் விழவேண்டுமென்று தோன்றியது. அவனுக்கு அவர் செய்த தீங்குக்கு, அவன் எவ்வளவு பெருந்தன்மையோடு நடந்துகொண்டான் !

''வேலம்மாளிடம் சொல்லி இங்கே அழைத்து வரச் சொல்கிறாயா?'' என்று தாழ்ந்த குரலில் முத்துசாமி சொன்னார்.

''சொன்னால் வருகிறான்'' என்று அலட்சியமாக அவள் சொன்னாள். அவளுக்கு அவன் ரிக்ஷாக்காரச் சின்னப்பன்தானே?

''ஐயா உன்னைக் கடிந்து கொண்டாரே; அதை, நினைத்து வருந்துகிறாராம்; ஒரு தடவை உன்னைப் பார்க்க வேண்டும் என்று ஆசைப்படுகிறாராம் என்று சொல்லச் சொல்.''

''ஆமாம் எப்போதோ நடந்ததற்கு இப்போது சமாதானமாக்கும்! வாடா என்றால் வந்துவிட்டுப் போகிறான்!''

அவள் போய்விட்டாள். அவள் சொன்ன செய்தி முத்துசாமியின் உள்ளத்தை உருக்கியது. 'நீ செய்ததற்கு அவன் செய்ததைப் பார்த்தாயா?' என்று மனச்சாட்சி உறுத்தியது. அவனுக்கு எப்படி அபராதம் செலுத்துவது?

நன்றிக் கடன் செலுத்துவது?—ஒன்றுமே தெரியாமல் விழித்தார்.

மறுநாள் சின்னப்பன் அவர் வீட்டுக்கு வந்தான்; "ஐயா! என்னைக் கூப்பிட்டீர்களாமே!" என்றான்.

அவனை நிமிர்ந்து பார்க்கக்கூட முத்துசாமிக்குத் திராணி இல்லை. "ஒன்றும் இல்லை. வந்து... வந்து... உனக்குப் பெரிய தப்புப் பண்ணிவிட்டேன்... உன்னுடைய குழந்தை..."

சின்னப்பன் இடைமறித்தான்; "இதெல்லாம் இப்போது எதற்கு ஐயா பேசவேண்டும்? உதிர்ந்த இலைகளைப் பொறுக்கி என்ன சுகம் அந்த இலைகளை எடுத்துச் சாம்பலாக்கி விடலாம். .அவ்வளவுதான். மறுபடியும் பசுமை ஏறுமா?"

முத்துசாமிக்கு அவன் ஞானம் தமக்கு இல்லையே என்று தோன்றியது.

"நம் வீட்டுக்கு வேப்பிலே தந்தாயாமே?"

"ஆமாம் குழந்தைக்குத் தலைக்குத் தண்ணீர் விட்டாயிற்றல்லவா ?"

"உன்னுடைய புண்ணியத்தாலே விட்டாயிற்று..."

"என்ன அப்படிச் சொல்கிறீர்கள்? சாமி புண்ணியத்திலே என்று சொல்லுங்கள்."

“இவன் நந்தனாரைப் போலல்லவா பேசுகின்றான்?” என்றது உள்ளம்.

“எங்கிருந்து வேப்பிலை பறித்தாய்?” இது ஒரு பெரிய கேள்வியாக அவருக்குத் தோன்றியது.

“நீங்கள் வேப்பிலே ஒடிக்க வேண்டாம் என்று சொன்ன மறுநாளே எங்கள் குடிசைக்குப் பக்கத்தில் ஒரு செடி வைத்து வளர்த்தேன்.”

“ஆமாம் நான் பாவி! உன் குழந்தை...”

“கடவுள் சித்தம் எதுவோ அதுவே நடக்கும் ஐயா; குழந்தை போனாலும் வேப்பஞ்செடி வளர்ந்தது. அது சமயத்துக்கு உபயோகப்பட்டது. அதிலிருந்துதான் தழை ஒடித்துத் தந்தேன்.”

இது அவருக்கு மேலும் பிரமிப்பைத் தந்தது. “ஒரு வருஷந்தானே ஆகியிருக்கும்? அதற்குள் அந்தச் செடியை மொட்டை யடிக்கலாமா?”

“தழை பறித்தால் என்ன? மறுபடியும் வளர்கிறது. அதற்குத்தானே அது இருக்கிறது?”

“அன்றைக்கு எனக்கு இந்த ஞானம் இல்லையே; உன்னை வீணாக வைதேனே! உனக்கு நான் என்ன செய்யப் போகிறேன்!” என்றார் நெஞ்சம் நெகிழ.

“அப்படியெல்லாம் சொல்லாதீர்கள். உங்கள் மரத்திலிருந்து நிறையக் கொத்துக் கொத்தாக ஒடிக்க

வேண்டிய நிலை வரும். அப்போது தழைக்குத் தழை கொடுத்து விடுங்கள்.”

“சின்னப்பா, அப்படிச் சொல்லாதே; உனக்கு அந்த நிலை வரவேண்டாம்; போதும், ஒரு தடவை வந்தது!”

“என்ன ஐயா, அப்படிப் பயந்து போகிறீர்கள். மறுபடியும் அம்மை பூட்டவேண்டும் என்றா நான் சொல்கிறேன் ? வேறு சந்தர்ப்பம் வரத்தான் போகிறது.”

முத்துசாமிக்கு அவன் குறிப்பு விளங்கவில்லை; “என்னப்பா சொல்கிறாய்?” என்று கேட்டார்.

“அந்தக் குழந்தை போனபோதே முண்டகக்கண்ணியம்மாளை வேண்டிக்கொண்டேன். கொடுத்ததைத் திரும்பக் கொடுத்தால் அந்தக் குழந்தைக்கு வேப்பிலைப் பாவாடை கட்டி உன் சந்நிதிக்கு அழைத்துக்கொண்டு வருகிறேனென்று வேண்டிக் கொண்டிருக்கிறேன்.”

“அது எப்போது நடக்கிறதோ , நான் உனக்குக் கடனாளியாகி விட்டேன்” என்றார் முத்துசாமி.

“அப்படிச் சொல்லாதீர்கள். முண்டகக்கண்ணியம்மாள் கண்கண்ட தெய்வம். அவள் கண் பார்த்து விட்டாள், என் பிரார்த்தனை நிறைவேறத்தான் போகிறது” என்று சொல்லிப் புன்சிரிப்புச் சிரித்தான் சின்னப்பன்.

முத்துசாமிதான் பகற்கனவு காண்பதில் சமர்த்தராயிற்றே! பேசும்போதே அகக் காட்சி திடீரென்று அவருள் விரியும் அல்லவா? அவர் உள்ளத்தே ஏதோ காட்சியைக் கண்டார்.

“அப்படியா ? மிகவும் ஆனந்தம்!” என்று அவரும் வாய் நிறையப் பல்லாகச் சிரித்தார்.

7. புண்ணியம் ஓரிடம்

மழை என்றால் பேய் மழை. எப்போதோ இருபது ஆண்டுகளுக்கு முன் இப்படிப் பெய்ததாகச் சொல்கிறார்கள். அப்போது சென்னையில் இந்த மாதிரி மக்கள் நெருக்கம் இருக்கவில்லை. இப்போதோ எங்கே பார்த்தாலும் வீடுகள் முளைக்கின்றன. இந்த மாதம் ஓரிடம் தென்ன மரத்தோப்பாக இருக்கும்; அடுத்த மாதம் அங்கே போய்ப் பார்த்தால் அடையாளமே தெரியாது; ஒரு தெருவே மந்திரத்தாலே வந்து உட்கார்ந்து கொண்டது போல இருக்கும்.

மழை இல்லாதபோது எல்லாம் பார்க்க அழகாக இருக்கும். மழை பெய்து விட்டால் இந்தப் புதிய இடங்களுக்குப் போய் விட்டுப் போன உடையோடு திரும்பி வர முடியாது. ஒரு பக்கம் பள்ளம்; ஒரு பக்கம் மேடு. ஒரு பக்கம் சேறு; ஒரு பக்கம் ஆறு.

புதிய கட்டிடங்கள் இருக்கும் இடந்தான் இப்படி என்றால், வேறு ஒரு பகுதி இருக்கிறது. அங்கே போய்ப் பார்த்தால் ஒரே கண்ணராவியாக இருக்கும். நகர நாகரிகத்தின் நிழலாக, பேரூரின் சாக்கடையாக, ஆடம்பர வாழ்வின் குப்பைத் தொட்டியாக இருந்து நகரங்களில் இங்கும் அங்கும் காட்சி அளிக்கும் சேரிகளைத்தான் சொல்கிறேன். அங்கே மனிதர்கள்தாம் வாழ்கிறார்கள். மனிதன் இவ்வளவு குறைவான வசதிக்குள்ளும் ஒடுங்கிக் கொண்டு புகுந்து வாழ எப்படித்தான் கற்றுக் கொண்டிருக்கிறான் என்பதை அங்கே போய்ப்பார்த்தால் தெரிந்து கொள்ளலாம். சாதாரண நாட்களிலேயே அவலக் காட்சி நிரம்பிய அந்த இருட்டுக் குகைகளில் மழையும்

பெய்து விட்டால் கேட்கவே வேண்டாம். குஞ்சும் குளுவானுமாகக் குடிசையிலிருந்து மரத்தடிக்கும், மரத்தடியிலிருந்து மாளிகைகளின் சுவரோரங்களுக்கும் ஏழைகள் குடியேறும்போது அவர்களுடைய வளர்ப்புப் பிள்ளைகளாகிய நாய்களும் ஆடுகளும் கோழிகளும் படைகளாக அவர்களைத் தொடரும்.

இவையெல்லாம் ஆண்டு தோறும் வழக்கமாகப் பெய்யும் மழையின்போது நிகழும் நிகழ்ச்சிகள். ஆனால் இப்போதோ, ஒரே பிரளயம். கடல் பொங்கவில்லை; ஆனால் மேகம் கடலையே வானத்திலே பொங்க விட்டுப் பொழிந்து தள்ளியது. சாதாரண மழைக்கே வெளியிலே பொங்கும் சாலைக்குழிகள் இந்த மழையில் எத்தனையோ பேர்களைப் பலி கொண்டு விட்டன.

சென்னையில் புனிதத்தை உண்டாக்கும் கூவமும் அடையாறும் வரலாற்றில் இல்லாத வகையில் வெள்ளம் பெருக்கெடுத்தோடின. மற்ற நாட்களில் கடல் நீர் செல்வதற்கு வெட்டிய கால்வாய்களைப் போன்று எதிரே வரும் நீரோட்டத்தை உடையனவாக இருந்த அவற்றில் இப்போது உண்மையாகவே வெள்ளம் நிரம்பிக் கடலில் போய் விழுந்தது.

மற்றொரு புண்ணிய ஆறு சென்னையில் இருக்கிறது. அதற்குப் பக்கிங்காம் கால்வாய் என்று பெயர். அதன் கரையில்தான் பலபல தலங்கள் - சேரிகள் - இருக்கின்றன. இந்த வெள்ளத்தில் சேரிகளிற் பல வெள்ளப் பரப்பில் மிதந்தன. குடிசைகளில் உள்ள தகரங்களையும் கந்தைகளையும் சுருட்டிக் கொண்டு ஏழைகள் பக்கத்து வீதிகளில் அடைக்கலம் புகுந்தனர். மழை நின்ற பாடு இல்லை. இந்த ஏழைகள் நூறா, இரு நூறா

ஆயிரக்கணக்கில் நிற்க நிழலின்றி உண்ண உணவின்றித் திண்டாடினார்கள்.

அங்கங்கே உள்ள பொதுக் கட்டிடங்களையும் பள்ளிக்கூடங்களையும் ஏழைகளுக்குகத் திறந்து விட்டார்கள். அரசியலாரும், நகர மன்றத்தினரும் பல இடங்களில் உணவு சமைத்து ஏழைகளுக்கு வழங்கினர். பல கழகங்கள் உடைகளைத் தொகுத்து அளித்தன. நாள் தோறும் பத்திரிகைகளில் இங்கே இத்தனை பேர் வீடு இழந்தனர், அங்கே அத்தனைகுடிசைகள் பாழாயின, இந்த இடத்தில் இத்தனை ஏழைகள் தங்கியிருக்கிறார்கள் என்று செய்திகள் வந்து கொண்டே இருந்தன.

இத்தகைய சந்தர்ப்பங்களை எதிர்பார்த்துக் கொண்டிருக்கும் அரசியல்வாதிகள் சிலர் ஏழைகளிடம் பரிவுள்ளவர்களைப் போலப் பேசியும், இப்போது பதவியிலிருக்கும் ஆட்சியாளர்களை ஏசியும் தொண்டைத் தண்ணீரை வற்ற அடித்துக் கொண்டிருந்தார்கள். பரபரப்பும் சுறுசுறுப்பும் உடையவர்களாய், அங்கே இத்தனை பேருக்கு உணவு கொடுக்கச் செய்தேன், இங்கே இத்தனை பணம் கொடுத்து வந்தேன் என்று கலப்பில்லாத பொய்களையும் முக்கால் பொய்களையும் அளந்து வந்தார்கள்.

இந்த ஆரவாரத் தலைவர்களின் கண்ணுக்குப் புலப்படாமல் மௌனமாக விளம்பரம் இன்றி ஏழைகளுக்கு உதவி செய்யும் மக்களும் தொண்டர் கூட்டத்தினரும் அங்கங்கே பல நல்ல செயல்களைச் செய்து வந்தார்கள். அப்படி ஒரு பகுதியில் பஜனை செய்யும் சங்கம் ஒன்று பலரிடம் அரிசி, பருப்பை வாங்கி

ஓரிடத்தில் சமையல் செய்து ஏழைகளுக்கு உணவளிக்க ஏற்பாடு செய்தது.

அந்தச் சங்கத்தில் எந்த விழா நடத்தினாலும் ஏழைகளுக்கு உணவு வழங்குவது என்பது இன்றியமையாத நிகழ்ச்சியாக இடம் பெறும். வீதி தோறும் உஞ்ச விருத்தி எடுத்து அரிசி தொகுத்து அதைக் கொண்டு உணவு வழங்குவார்கள். மக்களும் வஞ்சகமின்றி வாரிக் கொடுப்பார்கள்.

அந்தப் பகுதிக்கு அருகில் இரண்டு சேரிகள். பஜனை நடக்கும்போது சேரியில் உள்ளவர்களில் சிலர் வந்து கேட்பதுண்டு. மார்கழி மாதப் பஜனையில் விடியற் காலையில் குழந்தைகள் நாமாவளி பாடுவார்கள். எல்லாக் குழந்தைகளுக்கும் பொங்கல் பிரசாதம் வழங்குவார்கள். அந்தக் குழந்தைகளின் கூட்டத்தில் சேரிக் குழந்தைகளும் வேறுபாடின்றிக் கலந்து கொள்ளும்; நாமாவளி சொல்லும்.

இப்போது சேரிகளுக்கு வந்த ஆபத்தை எண்ணி இந்தப் பஜனை சங்கத்தார் சில மூட்டை அரிசியைத் தொகுத்தார்கள். காய்கறி, பருப்பு முதலிய பண்டங்கள் வந்து குவிந்தன. அவரவர்கள் தங்கள் தங்களாலான தொண்டைப் புரிந்தார்கள். ஒவ்வொரு வீட்டிலிருந்தும் கொஞ்சம் கொஞ்சம் விறகு கொண்டு வந்தார்கள். ஒருவருடைய வீட்டுக்குப் பின் பக்கத்தில் கோட்டையடுப்பு வெட்டிச் சமையல் செய்ய ஏற்பாடு செய்தார்கள் ஏழைகள் வீதியில் உணவை எதிர்பார்த்து நின்று கொண்டிருந்தார்கள்.

சமையல் நடந்து கொண்டிருந்தது. ஒரு பக்கம் சிலர் காய்கறிகளை நறுக்கினர்கள். ஒரு பக்கம் சிலர் பருப்பைச் சுத்தம் செய்தார்கள். ஒரு பக்கம் புளியைக் கரைத்துக் கொண்டிருந்தார்கள். இப்படியாக ஏழைகளுக்குச் சோறு படைக்க அந்தத் தொண்டர்கள் வேலை செய்து, கொண்டிருந்தார்கள்.

அப்போது வாசலில் ஒரு கார் வந்து நின்றது. அதிலிருந்து அரசியல்வாதி ஒருவர் இறங்கினார்.

“என்ன செய்கிறீர்கள் ? எவ்வளவு பேருக்குச் சமையல் ஆகிறது?” என்று கேட்டார். தாமே இதற்கு ஏற்பாடு செய்தவரைப் போன்ற மிடுக்கோடு அவர் கேட்டார்.

“ஏதோ எங்களால் இயன்றதைச் செய்கிறோம். எங்களிடம் என்ன வசதி இருக்கிறது? பெரிய பாத்திரம் இருந்தால் முன்பே சாதத்தை வடித்திருக்கலாம், பாவம் ! ஏழைகள் காத்திருக்கிறார்கள்” என்று சொன்னார், தொண்டர்களில் ஒருவர்.

“எப்போது சோறு போடுவீர்கள்?” என்று கேட்டார் அந்த கனவான்.

“மூன்று மணிக்குப் போடலாம் என்று எண்ணுகிறோம்.”

“அவ்வளவு நேரமா ? இன்னும் சீக்கிரம் போட முடியாதா?” என்று கனவான் கேட்டார்.

இந்த அதிகாரக் குரலைக் கேட்டபோது தொண்டருக்குக் கோபம் வந்தது; "நீங்கள் யார் தெரிய வில்லையே!" என்றார்,

அரசியல்வாதி சிரித்துக் கொண்டார். "என்னைத் தெரியவில்லையா?" என்று கேட்டார், அவருடன் வந்த ஒருவர், "இவர்தாம் போசல ராவ் உங்களுக்குத் தெரியாதா? இவர் ஒரு தினசரிப் பத்திரிகை நடத்துகிறாரே!"

"ஓகோ சரி சரி" என்று அந்த தொண்டர் தம் வேலையைப் பார்க்கப் போய்விட்டார்.

"அப்படியானல் மூன்று மணிக்கு வந்தால் எல்லாம் தயாராக இருக்குமா?" என்று கேட்டுக் கொண்டே அவர் காரில் ஏறினார். .

'மூன்று மணிக்கு இவர் இங்கே சாப்பிடவருகிறாரா, என்ன?' என்று அங்கிருந்தவர்கள் எண்ணமிட்டனர். இருக்கிற பாத்திரங்களையும் விறகையும் வைத்துக் கொண்டு தொண்டர்கள் உழைத்தார்கள். விறகு புகைந்தது. மண்ணெண்ணெயைக் கொட்டினார்கள். எப்படியோ சாம்பாரை முதலில் செய்து இறக்கி வைத்து விட்டுச் சாதத்தையும் வடித்தார்கள். பெரிய மூங்கில் பாயை விரித்துச் சாதத்தைக் கொட்டி அதன்மேல் சாம்பாரை விட்டுக் கலந்தார்கள்.

"சாம்பார் வாசனை வீதியையே தூக்கி அடிக்கிறது" என்றார் ஒருவர்.

பருப்பு எப்படி வெந்திருக்கிறது தெரியுமா? என்றார் ஒருவர்.

"எல்லாம் கண்ணபிரான் திருவுள்ளம்; அவனுக்கே இது நிவேதனம். அவனேதான் இந்த ஏழைகளின் உருவில் வந்து நிற்கிறான்" என்றார் ஒரு கிழவர்.

"இங்கே சாப்பாடு போடுகிறது மற்றச் சேரிகளுக்குத் தெரியுமா?" என்று கேட்டார் ஒரு கிழவர்.

"நாம் என்ன தண்டோராவா போட்டோம்? இங்கே பக்கத்தில் இருக்கிறவர்களுக்கு நம்மைத் தெரியும்; நமக்கும் அவர்களைத் தெரியும்" என்றார் தொண்டர் களின் தலைவர்.

"ஆமாம். எல்லாச் சேரிக்காரர்களுக்கும் போட்டோம் என்று வெறும் பெருமை எதற்கு? இந்த ஏழைகளுக்கு வயிறு நிரம்பப் போட்டால் போதாதா?"

இடையிலே அந்தக் கிழவர் சொன்னர்; "ஆமாம் அப்பா ! நம்முடைய பையன்களிடம் சொல்லுங்கள். அதட்டி மிரட்டிக் கலவரம் செய்யப் போகிறார்கள். ஏழைகள் எத்தனை கேட்டாலும் போடுங்கள். யாருக்கும் குறை இருக்க வேண்டாம். அவர்கள் வயிறு குளிர்ந்தால் எம்பெருமான் உள்ளம் குளிர்வான்".

உணவு பரிமாறத் தொடங்கி விட்டார்கள். முதலில் ஒரே குழப்பம்; "எனக்கு, எனக்கு" என்று முந்திக் கொண்டு வந்தார்கள் ஏழைகள். சில தொண்டர்கள், "எல்லோருக்கும் நிச்சயமாக வயிறு நிரம்பச் சோறு

கிடைக்கும். எல்லோரும் வீதியில் இப்படியே வரிசையாக உட்காருங்கள் என்று'' சொல்லி அமர்த்தினார்கள். கூட்டம் ஒழுங்குக்கு வர அரை மணி ஆகிவிட்டது.

இப்போது ஏழைகள் தையல் இலையில் போட்ட சாம்பார் சாதத்தைச் சாப்பிடத் தொடங்கினார்கள். தொண்டர்கள் தூக்குச் சட்டியும் அகப்பையுமாக அங்கங்கே பரிமாறிக் கொண்டிருந்தார்கள்.

அந்தச் சமயத்தில் அந்தக் கார் வந்தது. ஆமாம், போசலராவ் கார்தான். அதிலிருந்து நாலைந்து பேர் இறங்கினார்கள். வீதியின் ஓரத்தில் காரை நிறுத்தி இறங்கி வர வேண்டி இருந்தது. வீதி முழுவதுந்தான் ஏழைகள் சாப்பிட்டுக் கொண்டிருந்தார்களே.

எல்லாம் ஆயிற்றா? சரி, சரி, எங்கே என் கையில் சாம்பார் சட்டியைக் கொடுங்கள் என்றார் காரில் இருந்து இறங்கிய ஒருவர். அவருக்குச் சாம்பார் சாதம் கலந்து கொடுக்கிறார்கள் என்று தெரியாது. அவரே ஒரு தொண்டர் கையிலிருந்து வலிய ஒரு தூக்குச் சட்டியைப் பிடுங்கிக் கொண்டார். கனவான் ராவ் அவர்களும் ஒரு தூக்குச்சட்டியை வாங்கிக் கொண்டார்.

உம், உம், சீக்கிரம் சாப்பிடுங்கள், என்று அதட்டினார்கள்.

அதட்டாதீர்கள். அவர்கள் நிதானமாகச் சாப்பிடட்டும் என்றார் ஒரு தொண்டர்.

“வேறு வேலை இல்லையா? கவனிக்க வேண்டாமா?” என்றார் ஆடம்பரக்காரர்.

“யாருக்கு வேலை? இவர்களுக்கா? இவர்களுக்கு இப்பொழுது சாப்பிடுகிறதுதான் வேலை” என்றார் தொண்டர்.

“கொஞ்சம் இந்தப் பக்கமாகத் திரும்பி நில்லுங்கள். ஐயா. நீங்கள் விலகி நில்லுங்கள். அவர்களை மறைக்காதீர்கள்.” குரல் படம் பிடிக்கிறவர் ஒருவரிடமிருந்து வந்தது. அவரும் அந்தக் காரில் வந்தவர். ‘க்ளிக்!’—படம் எடுத்தாகி விட்டது. மேலும் சில படங்களை அவர் எடுத்தார்.

“சரி சரி, எல்லோரையும் நன்றாகக் கவனித்துக் கொள்ளுங்கள்” என்று சொல்லித் தூக்குச் சட்டியைக் கீழே வைத்தார் கனவான்; “எங்கே தண்ணீர்? கொஞ்சம் கொண்டுவாருங்கள்; கையைக் கழுவிக் கொள்ள வேண்டும்” என்று கூவினர்.

இளம் தொண்டர் ஒருவர், “தண்ணீரா? அதுதான் வெள்ளமாகப் போகிறதே!” என்று குரல் கொடுத்தார். கனவானுக்கு அதிலிருந்த ஏளனம் புலப்பட்டது. “சரி, சரி, வாரும் போகலாம்” என்று மற்றவரையும் அழைத்துக்கொண்டு காருக்கு விரைந்தார். அவர்களைச் சேர்ந்த நாலைந்து பேர்களும் போய்விட்டார்கள்; படம் பிடிக்கிறவர் உட்பட.

அன்று அந்த ஏழைகள் எப்போதையும் விட இரண்டு மடங்கு உணவு உண்டார்கள். சிலர் வீதியிலேயே படுத்துக்கொண்டு விட்டார்கள். ஆறு மணி வரையிலும்

இந்த அன்னம் பாலிப்பு நடைபெற்றது. தொண்டர்கள் மனத் திருப்தியுடன் அன்று இரவில் பேசிக்கொண்டார்கள்.

மறுநாள் பொழுது விடிந்தது. பஜனை சங்கத்துத் தொண்டர் ஒருவர் கிழவரிடம் ஓடி வந்தார் : "இந்தக் கூத்தைப் பார்த்தீர்களா?" என்று தம் கையில் இருந்த காலைப் பத்திரிகையைப் பிரித்துக் காட்டினர்.

அந்தப் பக்கம் முழுவதும் நிழற் படங்கள். மேலே கொட்டையெழுத்தில் தலைப்பு; "நம்முடைய தலைவர் போசல ராவின் அருமைத் திருத்தொண்டு அவரே ஏழைகளுக்குத் தம் கையால் பரிமாறுகிறார்" என்பது ஒரு படத்துக்கு விளக்கம்.

"நம் விளம்பர மானேஜர் ஏழைகளுக்குச் சாம்பார் பரிமாறுகிறார்." இது மற்றொரு விளக்கம்.

கிழவர், "அட கலி காலமே" என்று வாயைப் பிளந்தார்.

"அப்படிச் சொல்லாதீர்கள். நீங்களும் கலிகாலத்தில் தான் இருக்கிறீர்கள். அரசியல் விளம்பரம் இது. அந்த விளம்பர மானேஜரே இந்த ஏற்பாடு செய்திருப்பார். அவருக்கு எத்தனை சம்பளம் வேண்டுமானாலும் கொடுக்கலாம்" என்றார் தொண்டர்.

கிழவர் மௌனத்தில் ஆழ்ந்தார். பிறகு, "புண்ணியம் ஓரிடம், புகழ் ஓரிடம்" என்ற மொழி ஒன்று அவர் வாயிலிருந்து நழுவியது.

8. கண்ணனுக்குக் கால் வலித்தது

"நாரதா, வா, இன்று பஜனைக் கோஷ்டிகளையெல்லாம் ஒரு நோட்டம் விட்டு விட்டு வரலாம்" என்றான் கண்ணபிரான்.

"இன்று என்ன இப்படித் தங்கள் திருவுள்ளத்துக்குத் தோன்றியது?" என்று கேட்டார் நாரதர்.

"இப்பொழுது புரட்டாசி மாதம், சனிக்கிழமைகளில் பஜனை அமர்க்களமாக இருக்கும். இந்தப் பெரிய பட்டணத்தில் எனக்கு எத்தனை பக்தர்கள் இருக்கிறார்கள் என்று பார்க்க வேண்டாமா? எத்தனை பாகவதர்கள், எத்தனை பஜனைகள் இங்கே நடக்கின்றன தெரியுமா? நீயும் பஜனை செய்கிறவனாயிற்றே. அவர்களையெல்லாம் பார்க்க வேண்டாமா?" என்றான் கண்ணன்.

"இப்படியேயா போகிறது?"

"நான் இளைஞனாக வருகிறேன். நல்ல சாரீரத்தோடு பஜனைப் பாட்டுப் பாடுகிறேன். நீ என்னுடன் வயசு முதிர்ந்த கிழவனாக வா. போகிற இடங்களில் 'இந்தப் பிள்ளையாண்டான் பஜனைப் பாட்டுக்களை நன்றாகப் பாடுவான்' என்று சிபாரிசு பண்ணு. எங்கேயாவது பாட நேர்ந்தால் நானும் பாடுகிறேன்; நீயும் பாடலாம். ஆனால் நாம் இன்னர் என்பதைக் காட்டிக் கொள்ளக்கூடாது" என்றான் மாயக் கண்ணன்.

‘இன்றைக்கு என்ன திருவிளையாடல் செய்யப் போகிறானே கண்ணன்!’ என்ற வியப்போடு நாரதர், “தங்கள் திருவுள்ளப்படி ஆகட்டும்” என்றார். இருவரும் கோலம் மாறினார்கள். கண்ணன் இருபத்தைந்து வயசு இளைஞனாகவும் நாரதர் அறுபது வயசு முதியவராகவும் உருக் கொண்டார்கள். கழுத்தில் ஆளுக்கு ஒரு துளசி மாலை. நெற்றியில் கண்ணன் கோபி நாமம் போட்டுக்கொண்டான். நாரதர் பட்டை பட்டையாக விபூதியைப் பூசிக்கொண்டார்.

இருவரும் புறப்பட்டுத் தென்னாட்டில் இருந்த அந்தப் பெரிய பட்டணத்துக்கு வந்தார்கள். அங்கே ஒரு பகுதியை அடைந்தார்கள். அந்தப் பக்கம் ஒரு தெருவில் கம்பீரமான குரல் ஒன்று கேட்டது. நடுநடுவே நாமாவளியின் சப்தமும் கேட்டது. அந்த இடத்தை இருவரும் அடைந்தார்கள்.

வீதி முழுவதும் பந்தல் போட்டிருந்தார்கள். ஆண்களும் பெண்களுமாகப் பெருங் கூட்டம். ராதாகிருஷ்ண படத்தை அலங்கரித்து நடுவில் ஒரு மேடையில் வைத்திருந்தார்கள். அதற்கு எதிரே பல பாகவதர்கள் அமர்ந்திருந்தார்கள். ஜாலராவைச் சிலர் தட்டினார்கள். வெவ்வேறு விதமான சப்பிளாக் கட்டையைச் சிலர் தட்டினார்கள். ஒருவர் ஜல் ஜல் என்று ஒலிக்கும் சிம்ட்டாவைக் குலுக்கிக்கொண்டிருந்தார்.

ஒரு பாகவதர் பாடிக்கொண்டிருந்தார். அவருடைய குரல் சிம்மகர்ஜனபோல் இருந்தது. அவர் பாட மற்றவர்கள் பின்னே பாடினார்கள். நல்ல சாரீரம், வார்த்தைகளைத் தெளிவாக உச்சரித்துப் பாடினர் பாகவதர்.

“ஆஹா! என்ன பக்தி என்ன பாட்டு” என்று. நாரதர் வியந்துகொண்டு கண்ணை முடியவாறே பாட்டை அநுபவித்துக் கொண்டிருந்தார்.

ஒரு பாட்டு முடிந்தது. பாடினவர் மறுபடியும் பாடுவதற்கு அடியெடுத்தார். வேறு ஒரு பாகவதர் ஏதோ முணுமுணுத்தார். பாடின பாகவதர், “என்ன ஐயா முணுமுணுக்கிறீர்? நீர் பாட வேண்டுமா? நான் இன்னும் அரைமணி பாடிவிட்டு வேறு இடத்துக்குப் போகவேண்டும். அப்புறம் நீங்கள் எல்லாரும் சேர்ந்து அழுங்களேன், ஆர் வேண்டாம் என்கிறார்கள்?” பேச்சில் கள்ளும் கொள்ளும் வெடித்தன; இல்லை. இல்லை. இடியும் புயலும் குமுறின.

நாதர், யார் இப்படிப் பேசுகிறார் என்று கண்ணைத் திறந்து பார்த்தார். முன்பு அழகாகப் பாடின அந்தப் பாகவதரே என்று தெரிந்துகொண்டபோது அவருக்கு ஒன்றும் புரியவில்லை.

நடுவிலே ஒரு கிழவர், “இவர் தஞ்சாவூரிலிருந்து வந்திருக்கிறார், கொஞ்சம் பாடவிடுங்கள்” என்று ஒருவரைக் காட்டி மெல்லச் சொன்னார்.

“தஞ்சாவூரிலிருந்து வந்தால் என்ன? நேரே துவாரகையிலிருந்துதான் வந்தால் என்ன? எல்லோரும் அப்புறந்தான் பாடவேண்டும், உஞ்சவிருத்தி பஜனைக்கு ஒரு பயல் வருகிறதில்லை. கூட்டம் கூடினால் நான், நீ என்று வருகிறான்கள்! இந்த ஓர் ஆசாமியே எல்லாவற்றையும் சமாளிக்க வேண்டியிருக்கிறது” என்று சொல்லிப் பாகவதர் மார்பில் ஓர் அடி அடித்துக் கொண்டார். ‘நான் என்று மார்தட்டும்’ மகாவீரம் அது

நாரதருக்கு நடுக்கம் கண்டது; 'துவாரகையிலிருந்து தான் வந்தால் என்ன என்று இவர் சொல்கிறாரே! நம்மைத் தெரிந்துகொண்டிருப்பாரோ?' என்று கொஞ்சம் துணுக்கங்கூட உண்டாயிற்று. கண்ணனைப் பார்த்தார். அவன் நாரதரைப் பார்த்துக் கண்ணைச் சிமிட்டிப் புன்முறுவல் பூத்தான். நாரதர் அருகில் சென்று, "நாங்கள் துவாரகையிலிருந்தே வந்திருக்கிறோம் பாடவேண்டும் என்று சொல்" என்று பணித்தான். அவர் சிறிதே தயங்கினர். "தைரியமாகச் சொல்லப்பா" என்றான் மாயன்.

"சுவாமி, இதோ இவர் துவாரகையிலிருந்தே வந்திருக்கிறார். நன்றாகப் பாடுவார். ஒரு பாட்டுப் பாட இடம் கொடுங்கள்" என்று மெல்லச் சொன்னர் நாதர்.

அப்போது அந்தப் பாகவதருக்கு வந்த ஆவேசத்தைப் பார்க்கவேண்டுமே! " அப்படியா சமாசாரம்? என்னைப் பரிகாசமா செய்கிறீர்" என்று குமுறினார். துவாரகை என்று சொன்னது உண்மை என்பது அவருக்கு எப்படித் தெரியும்? எல்லோரும் நாரதரையும் கண்ணனையும் பார்த்தார்கள்.

கலவரம் அதிகமாகப் போகிறதே என்று பயந்து ஒருவர் எழுந்து வந்து பாகவதர் காலில் விழுந்து, "சுவாமி, கோபித்துக்கொள்ளக் கூடாது. நீங்களே பாடுங்கள். அறியாதவர்கள் ஏதாவது சொன்னால் நீங்கள் அதைப் பொருட்படுத்தலாமா?" என்று வேண்டினார்.

"அதுதான் சொல்கிறேன். இந்த முட்டாள் பயல்கள் எல்லாம் பாட வருகிறார்களாம். அந்தக் கண்ணனே வந்து

நான் பாடுகிறேன் என்றாலும் இந்தப் பாகவத சிரோமணி இடம் கொடுப்பானா, என்ன?" என்று இரண்டாம் முறையும் மாரைத் தட்டிக்கொண்டார்.

கண்ணன் மெதுவாக நாரதர் காதில், "நமக்கு இங்கே இனி வேலை இல்லை; வா போகலாம்" என்று சொல்லி, அவரை அழைத்துக்கொண்டு நழுவி விட்டான்.

★

சிறிது தூரம் நடந்து சென்று நகரத்தின் வேறு ஒரு பகுதிக்கு வந்தார்கள். அங்கே ஓரிடத்தில் பஜனை நடந்துகொண்டிருந்தது. பஜனை நடந்த இடத்தை வைகுண்டம் மாதிரி அலங்காரம் செய்திருந்தார்கள். கண்ணைப் பறிக்கும் விளக்குகள், ஜோடனைகள், மாலைகள்; பார்க்கப் பதினாயிரம் கண்கள் வேண்டும். ஜனங்கள் உட்கார்ந்திருக்கும் இடத்தின்மேல் உள்ள கொட்டகைக்கே எவ்வளவோ பணம் செலவழித்திருக்க வேண்டும்.

கூட்டத்துக்கு நடுவே ஒரு கோஷ்டி பாடிக்கொண்டிருந்தது. எல்லோரும் நவநாகரிகக் கோலத்துடன் இருந்தார்கள். சில்க் ஷர்ட் அணிந்திருந்தார்கள். இடக் கையில் கடியாரம், வலக் கையில் மோதிரம் மின்னின. ஒருவர் மாறி ஒருவர் பாடினர்கள். எல்லாம் கச்சிதமாக இருந்தன.

கண்ணனும் நாரதரும் அங்கே போய் உட்கார்ந்தார்கள். பஜனையில் ஒரு பாட்டு முடிந்தவுடன் ஒவ்வொருவரும் தம் கையில் இருந்த நிகழ்ச்சி நிரலைப் பார்த்தார்கள். ஒருவர், அடுத்த பாட்டு இன்னதென்றும் இன்னர்

பாடுவாரென்றும் ஒலிபெருக்கியில் அறிவித்தார். பாட்டு அமைதியாக வந்தது.

“எத்தனை ஒழுங்காக, எல்லோருக்கும் சந்தர்ப்பம் கொடுத்துப் பாடுகிறார்கள்!” என்று வியந்தார் நாரதர்.

ஒரு கட்டத்தில் பாடினவர்களுக்கெல்லாம் காபி கொண்டு வந்து கொடுத்தார்கள். ஒருவர் வாரப் பத்திரிகை ஒன்றின் பிரதிகள் ஐந்தாறு கொண்டு வந்து பாடின கோஷ்டியாரிடம் காட்டினர். அதில் ஒரு பக்கத்தில் ஒரு பஜனைக் கோஷ்டியின் படம் இருந்தது. “இதை ஸ்பெஷலாக ஆசிரியரிடம் சொல்லிப் போடச் சொன்னேன். நன்றாகப் போட்டிருக்கிறார் அல்லவா?” என்று பத்திரிகையைக் காட்டினவர் கேட்டார்.

“இதோ நீ இருக்கிறாயே! இதோ சாம்பு இருக்கிறார். இது, யார்? ஓகோ, நம் ராமனா அதென்ன வாயை அப்படித் திறந்து கொண்டிருக்கிறான்?”

எல்லாரும் ஆவலுடன் பத்திரிகைப் பிரதிகளைப் பார்த்தார்கள். அவர்களுள் ஒருவர் மாத்திரம் உற்சாகத்தோடு இல்லை.

“என்ன முத்து, படம் எப்படி?” என்று ஒருவர் கேட்டார். .

“என்னவோ போட்டிருக்கிறார்கள். என்னை மாத்திரம் வேண்டுமென்று விட்டிருக்கிறார்கள். இப்படி என்னை அவமானப்படுத்த வேண்டாம். இந்தப் படத்தில் என்னை

விட்டதற்கு யார் பொறுப்பு என்பதை விசாரிக்க வேண்டும்" என்றார் அவர்.

பத்திரிகையைக் காட்டினவர், "யாரும் பொறுப் பில்லை. நீங்கள் ஓரமாக உட்கார்ந்திருப்பீர்கள். பத்திரிகைக்கு இசைவாகப் படத்தைப் போடும்போது அந்தப் பகுதியைக் கத்தரிக்க வேண்டியிருந்திருக்கும். இது ஒரு பெரிய தவறா?" என்றார்.

முத்துவுக்குக் கோபம் ஏறிவிட்டது; "நீர் சொல்வீர் ஐயா! உம் வீட்டுக்குக் காசு பணம் வாங்கிக்கொண்டா தாங்கள் பாட வருகிறோம்? அவமானம் செய்வதும் செய்துவிட்டுச் சமாதானம் வேறு கூற வருகிறீரே! இதில் உமக்குப் பொறுப்பு இல்லையா?"

அந்த மனிதர் நயமாக, "நான் படத்தை அப்படியே கொடுத்தேன். அவர்கள் வெட்டிவிட்டதற்கு நான் எப்படிப் பொறுப்பாளி. இவருடைய படத்தைப் போட வேண்டாம் என்று நான் சொல்லுவேனா? பத்திரிக்கைகாரரை அல்லவா கேட்கவேண்டும்?" என்று பணிந்த மொழியில் கூறினார்.

முத்துவின் கோபத்தீ மண் எண்ணெய் விட்டாற் போல் கொழுந்துவிட்டது; "ஓகோ, உம்முடைய இடத்துக்கு வந்து பஜனை செய்வதும் செய்துவிட்டு, பத்திரிகைக்காரன் மேல் தாவாபோடச் சொல்கிறீரோ!" அவர் இரையத் தொடங்கினார்.

"இப்பொழுது ஒரு முழுப் படமாக எடுத்துவிட்டால் போகிறது. எங்கே அப்பா, போட்டோக்காரர்?" என்று ஒருவர் இடையே கூறினார்.

“இந்தக் கட்டத்தில் இனிப் பஜனை எப்போது தொடருமோ, தெரியாது; வா அப்பா, போகலாம்” என்று சொல்லிக் கண்ணன் நாரதரை அழைத்துக்கொண்டு வெளியேறினான்.

★

அங்கேயும் பெரிய கூட்டம். ஆண்களும் பெண்களும் கூடியிருந்தார்கள். இளவட்டங்கள் அதிகமாக இருந்தார்கள். எல்லோரும் தலையை அசைத்துத் தாளம் போட்டுக்கொண்டிருந்தார்கள். நடுவில் அமர்ந்து ஒரு பெண்கள் கோஷ்டி பாடிக்கொண்டிருந்தது; பஜனைதான். சுவாமி படங்களை வைத்த இடம் ஒரு மூலையில் இருந்தது. பஜனைக் கோஷ்டியைச் சுற்றி ஜனங்கள் நெரிசலாக உட்கார்ந்து கொண்டிருந்தார்கள்.

தன்னை அழகாக அலங்கரித்துக் கொண்டிருந்த மங்கையொருத்தி கையில் சப்பளாக் கட்டையுடன் பாடிக் கொண்டிருந்தாள். அவளுக்குப் பின் மற்றப் பெண்கள் பாடினார்கள். தேனினும் இனிய குரலில் அந்தப் பெண் பாடினாள்.

கூட்டத்தில் வந்து அமர்ந்தார்கள், கண்ணனும் நாரதரும். நாரதர் அந்தப் பாட்டைக் கேட்டு மெய்ம் மறந்து போனார், ஒரு பாட்டு முடிந்தது. அங்கே ஏதோ கிசுகிசு என்ற குரல் கேட்டது. பாடின பெண், “தாராளமாகப் பாடட்டுமே”! என்றாள். ஒரு பாகவதர் முன்னே வந்து உட்கார்ந்தார்.

அப்போது கூட்டத்தின் ஒரு மூலையிலிருந்து, "வேண்டாம், எழுந்து போ!" என்ற குரல்கள் எழும்பின. பாடின. பெண்மணி அந்தப் பக்கமாகப் பார்த்துப் புன்முறுவல் பூத்தபடி தன் கையால் அமர்த்தி, "அவர் பெரியவர்; பாடட்டும்" என்றாள்.

அந்த ஆணைக்கு அடங்கினர் அந்த இளவட்டங்கள். சிறிது நேரம் பேசாமல் இருந்தார்கள். பாகவதர் நன்றாகத்தான் பாடினார். ஆனாலும் முழுதும் கேட்க அவர்களுக்குப் பொறுமை இல்லை. "போதும், போதும்" என்ற குரல்களும் கைதட்டல்களும் ஒலித்தன. அந்தப் பெரியவர் ஒரு புண்டரிகம் போட்டுவிட்டு நிறுத்திக் கொண்டார்.

மறுபடியும் அந்தப் பெண் பாடினாள். கண்ணன் நாரதருக்குக் கண்சாடை காட்டினான். எதிர்ப்பு வந்த கூட்டத்திற்குப் பக்கத்தில் போய் உட்காரச் சொன்னான். அவர் அவன் குறிப்பறிந்து அங்கே போய் உட்கார்ந்து, கண்மூடியபடியே பாட்டை ரசித்துக் கொண்டிருந்தார்.

"இந்தப் பைத்தியம் அங்கேயிருந்து ஏன் இங்கே வந்தது?"—ஒரு குரல். இது அரை குறையாக நாரதர் காதில் விழுந்தது.

"போகட்டும், கிழம். பாட்டிலே லயித்துவிட்டது. கண்ணை மூடிக்கொண்டு யோக சமாதியில் இருக்கட்டும்."—இப்படி ஒரு பேச்சு.

"கண்ணை மூடிக்கொண்டா? அட பைத்தியமே! இங்கே கண்ணை மூடிக்கொள்ளலாமா? கண்ணுக்குத் தானே இங்கே அதிக விருந்து"

நாரதருக்கு இது விளங்கவில்லை.

"அவள் முகம் அசைக்கிறது மதனவல்லி மாதிரி இல்லை?"

"அவள் புன்சிரிப்பு ஒன்று போதுமே! மோகினி சினிமாவில் மோகினியாக யாரோ ஒரு கைராத்து வந்ததே; இவளைப் போட்டிருந்தால்?—"

இந்த ரீதியிலே பேச்சுப் போய்க்கொண்டிருந்தது. நாரதர் காதில் பட்டதும் படாததுமாக விழுந்தது. அவர்களுடைய பேச்சிலே அடிபட்ட மதனவல்லி, பிரமீளாபாய் முதலிய பெயர்கள் எல்லாம் சினிமா நட்சத்திரங்களின் திருநாமங்கள் என்பதை அவர் கண்டாரா என்ன? எப்படியாவது அந்த இடத்தை விட்டு நகர்ந்துவிடவேண்டும் என்று அவருக்குத் தோன்றியது. அங்கே உட்கார்ந்திருக்க அருவருப்பாக இருந்தது.

மெல்ல நகர்ந்து கண்ணள் பக்கத்தில் வந்து அமர்ந்தார். அப்போது, பஜனை செய்கிறவர்களுக்கு அருகில் இருந்த சில கிழவிகள் எழுந்து போனார்கள். அந்த இடத்தைப் பிடித்துக்கொள்ள இள வட்டங்கள் முண்டியடித்துக் கொண்டு பாய்ந்தார்கள்.

"போதும்; இனிமேல் வேறு இடம் போகலாம் என்று" நாரதரையும் அழைத்துக்கொண்டு புறப்பட்டான். கண்ணன்.

“என்ன, நாரதா, நெடுநேரம் சுற்றிச் சுற்றிக் கால் வலிக்கிறது. ராத்திரி காலம் வந்து விட்டது. இன்னும் எங்காவது ஓரிடம் மட்டும் போய்விட்டுத் திரும்பலாம் என்று தோன்றுகிறது.”

"சுவாமியின் திருவுள்ளம் எப்படியோ, அப்படியே செய்யலாம்.”

★

எங்கோ ஒரு மூலையில் இருந்த தெரு அது. அங்கே தெருவில் முக்கால் பகுதி கூரை வேய்ந்த குடிசைகள். ஒரு குடிசையில் ஜாலராச் சத்தம் கேட்டது. யாரோ சிறு பிள்ளைகள் பாடுவதுபோல இருந்தது. கண்ணன் அந்தக் குடிசைக்குள் புகுந்தான்.

குழந்தைகள் தப்புத் திப்பென்று தாளம் போட்டுப் பாடினர்கள். ஒருபையன், பதினெட்டு வயசு இருக்கும்; நின்றபடியே ஆடிக்கொண்டிருந்தான். “கண்ணா மணி வண்ணா கருணை செய்வாய் கண்ணா” என்று பாடினன். அந்தப் பாட்டிலே சங்கீதத்தின் மெருகு இல்லை. குழந்தைகள் கீச்சுக் குரலில் பின்தொடர்ந்து பாடினார்கள்.

ஒரு சின்ன மேடையின் மேல் இரண்டு மண் பொம்மைகள். பழையனவாகி விட்டதனால் வேண்டாமென்று யாரோ எறிந்து விட்டிருக்கவேண்டும். ஒன்று கண்ணன், ஒன்று ராதை. கண்ணன் பொம்மையில் தலையிலுள்ள மயில் குஞ்சம் அடிப்பாகம் மட்டும் இருந்தது. முகத்திலிருந்த மூக்குப் பெருவியாதிக்காரன்போல அமுங்கியிருந்தது. கை இருந்ததே ஒழிய அதில் புல்லாங்குழல் இல்லை. அதைப்

பிடித்த பாவனை மாத்திரம் இருந்தது. ராதையையோ கேட்க வேண்டாம். அவளுக்கு ஒரு நீலக் கந்தையைக் கட்டியிருந்தார்கள். இருவருடைய கழுத்தையும் மலரால் அலங்கரித்தார்கள். வெள்ளைக் காசரளி மாலையைக் கண்ணனுக்கும்,சிவப்புக் காசரளியை ராதைக்கும் போட்டிருந்தார்கள். இதுதான் அலங்காரம்.

நின்றுகொண்டிருத்த பையன் அசைந்து ஆடினான்; சுழன்று ஆடினன். சோர்வு வந்த போதெல்லாம், "கோபிகா ஜீவன ஸ்மரணம்" என்று புண்டரீகம் போட, குழந்தைகள், கோவிந்தா கோவிந்தா!' என்று முழங்கினார்கள்.

கண்ணனும் நாரதரும் நிலைக்கு வெளியிலே உட்கார்ந்துகொண்டு கவனித்தார்கள்.

அரைமணி இந்தப் பஜனை நடந்தது. "சரி, சரி, இனிமேல் என் கண்ணனைப் படுக்கப் போடவேண்டும். நெடுநேரம் நின்று கொண்டே இருந்துவிட்டான்" என்று சொல்லி, ஒரு பலகையில் ஒரு துணியை நாலாக மடித்துப் போட்டான் அந்தப் பையன். அதன்மேல் மெல்லக் கண்ணனை எடுத்துவிட்டான். பிறகு ராதையையும் அருகிலே எடுத்து வைத்தான். எடுக்கிற போது பொம்மையென்றா எடுத்தான்? பூப்போல எடுத்தான். பலவீனமான சிறு குழந்தையைத் தாய் தொட்டிலில் எடுத்து விடுவாளே, அப்படி மெல்ல வாற்சல்யத்தோடு எடுத்துவிட்டான். "ஆராரோ ஆரிரரோ!" என்று தாலாட்டுப் பாட்டுப் பாடினன். "கிட்டப்பா தூங்குகிறான். இனிமேல் பாட்டு வேண்டாம். யாரும் பேசாதீர்கள். அவனுக்குக் கால் வலிக்கும். நான் காலைப் பிடிக்கிறேன்" என்று மெல்லக்

கண்ணன் காலை - அந்தப் பொம்மையின் காலைத்தான் - வருடினான். சத்தியபாமைக்குக்கூட அவ்வளவு மெத்தென்று வருடத் தெரியாது. சாட்சாத் கண்ணனுக்கே உபசாரம் செய்வதாக அவனுக்கு எண்ணம்.

நாரதர் அந்தக் கண்ணனைப் பார்த்தார். கண்ணன் கால் வலிக்கிறது என்று சொன்னது நினைவுக்கு வந்தது. திரும்பித் தம்முடன் வந்த கண்ணனைப் பார்த்தார். என்ன ஆச்சரியம்: அவன் அப்படியே சாய்ந்தபடி குறட்டை விட்டுத் தூங்கிக் கொண்டிருந்தான். அங்கே நடக்கிறது உபசாரம்: இங்கே இருக்கிறது அதன் விளைவு! நாரதர் கண்ணில் குபுக்கென்று நீர் வந்துவிட்டது.

9. காலக் குழப்பம்

காட்சி—1

[பிரமதேவனும் நிலமகளும் சீட்டாடிக் கொண்டிருக்கிறார்கள். கலைமகள் தூரத்தில் உட்கார்ந்து பார்த்துக்கொண்டிருக்கிறாள்.]

நிலமகள்: ஆட்டத்தைச் சரியாகப் பார்த்து ஆடுங்கள். தப்பு ஆட்டம் ஆடுகிறீர்களே!

பிரமதேவன்: என்ன தப்பாட்டம் கண்டுவிட்டாய்?

நிலமகள்: சாதிச் சீட்டு இருக்கும்போதே துருப்பைப் போட்டு வெட்டினர்களே! இப்போது இந்தச் சீட்டு எப்படி வந்தது?

பிரமதேவன்: எங்கே வெட்டினேன்?

நிலமகள்: சற்றைக்குமுன் வெட்டினீர்களே! இந்தத் தப்பாட்டம் வேண்டாம். மறுமடியும் எடுத்து ஆடுங்கள்.

பிரமதேவன்: சீட்டையெல்லாம் போடு. மறுபடியும் கலைத்துப் போடுகிறேன். பழையமாதிரி வேண்டாம்.

காட்சி-2

[திருவள்ளுவர் வீடு. தென்னங்கீற்று வேய்ந்த கூரை வீடு, வெளியில் கோலம்போட்ட திண்ணையும் மஞ்சள் பூசிய நிலையும். பின்பு இடைகழி. உள்ளே தறிபோடும் ஓசை கேட்கிறது. கொழுகொழுவென்ற உருவமுடைய கம்பர் வீட்டுக்குள் நுழைகிறார், அவருடன் அழகான மாது ஒருத்தியும் செல்கிறாள்.]

திருவள்ளுவர்: (எட்டிப் பார்த்தபடி) யார் அது?

கம்பர்: அடியேன்தான், கம்பன்.

திருவள்ளுவர்: அப்படியா? வரவேண்டும், வரவேண்டும். ஏது, மிகவும் அருமையாக இருக்கிறதே! (தறியை விட்டு வந்து வரவேற்கிறார்.)

கம்பர்: (கீழே விழுந்து வணங்கியபடியே) தங்களைப் பார்த்து ஆசிபெற்றுப் போகலாம் என்று வந்தேன். (எழுந்து நின்று) ஏ, வல்லி, நீயும் வந்து வணங்கு, (இடைகழியை நோக்கிச் சொல்கிறார்.)

திருவள்ளுவர்: அங்கே யார்? உன் மனைவியா?

கம்பர்: இல்லை, இல்லை. என் மனைவிதான் ஒரு பிள்ளையை வைத்துவிட்டு இறந்துபோய் விட்டாளே! இவள்தான் என் கவிதை வளர ஊக்கம் அளிக்கிறவள்.

திருவள்ளுவர்: ஆம், ஆம்: கேள்வியுற்றிருக்கிறேன். இந்தப் பெண்ணினுடைய வீட்டைத்தானே சடையப்ப வள்ளல் கதிரால் வேய்ந்தார்?

கம்பர்: ஆமாம்; தாங்கள் எல்லாவற்றையும் தெரிந்து வைத்துக்கொண்டிருக்கிறீர்களே!

வல்லி: குறள் இயற்றிய பெருமானுக்குத் தெரியாதது ஏதேனும் உண்டோ?

திருவள்ளுவர்: (சிரித்துக்கொண்ட) அமருங்கள், அமருங்கள். *(உட்காருகிறார்.)*

கம்பர்: (அமர்கிறார்) உங்கள் இல்லுறை தெய்வத்தைத் தரிசித்து வணங்கவேண்டுமென்று இவளுக்குப் பெரிய ஆர்வம். நான் இங்கே புறப்படுவது தெரிந்து தானும் வருவதாகப் புறப்பட்டுவிட்டாள்.

[வல்லி நின்று கொண்டே இருக்கிறாள்.]

திருவள்ளுவர்: ஏன், அப்படியே அமரலாமே!

வல்லி: தங்களுக்கு முன் நான் அமரலாமா? இப்படியே நிற்கிறேன்.

திருவள்ளுவர்: கம்பநாடனுக்கு முன் அமர்கிறது இல்லையோ?

கம்பர்: அப்படியெல்லாம் ஒன்றும் இல்லை. இவள் என்னைச் சிலசமயங்களில் வெருட்டுவதைப் பார்த்திருந்தால் இவளுடைய வீரம் தங்களுக்குத் தெரியும்!

திருவள்ளுவர்: பெண்மையில் ஆண்மை போலும்!

கம்பர்: என்ன, தங்கள் திருமேனி இளைத்துப் போயிருக்கிறதே!

திருவள்ளுவர்: இளைப்பதா? எப்போதும் இப்படித்தான் இருக்கிறேன். நான் தொழிலாளிதானே? என் விருப்பப்படி உடம்பு கேட்கவேண்டுமானால் இவ்வாறு இருப்பதுதான் சரி. அது கிடக்கட்டும். நீ சுகமாக இருக்கிறாயா? உன்னுடைய இராமாயணத்தினால் உலகமே இன்பத்தை அடைகிறது. பலரும் புகழ்கிறார்கள். புகழோடு பொருளும் இருக்கிறதல்லவா? வீடு, வாசல், தோப்பு, துரவு எல்லாம் இருக்கின்றனவா?

கம்பர்: எனக்கு எதற்கு அவை எல்லாம்? அழகான வீடு ஒன்றைச் சடையப்ப வள்ளல் கட்டித் தந்திருக்கிறார், மற்றப்படி எனக்குவேண்டிய எல்லாவற்றையும் அவர் தருகிறார். எனக்கு என்ன குறை? அந்தக் கற்பகம் இருக்கும்போது எனக்குக் கிடைக்காத பொருளே இல்லை.

திருவள்ளுவர்: இந்தப் பொன்னடை எந்த மன்னர் தந்தது?

கம்பர்: மன்னரா? எந்த மன்னரிடமும் நான் போவதில்லை. எனக்கு மன்னரும், மன்னர்களுக்கெல்லாம் மன்னரும், ஏன், தெய்வமும் கூடச் சடையப்ப வள்ளல்தாம். அவர் அளித்த பரிசுகளில் இது ஒன்று.

வல்லி: (கம்பரைப் பார்த்து) அன்னையைத் தரிசித்துக் கொள்ள வேண்டாமா?

[திருவள்ளுவர் எங்கோ பார்க்கிறார்.]

கம்பர்: (வல்லியிடம்) அவசியம் தரிசித்துக் கொள்ள வேண்டியதுதான். *(திருவள்ளுவரை நோக்கி)* எங்கள் எஞ்சிய விருப்பத்தையும் நிறைவேற்றி யருள வேண்டும்.*)*

திருவள்ளுவர்: (கனைக்கிறார்) வந்து...வாசுகியைத்தானே பார்க்கவேண்டும்? *(தடுமாறுகிறார்.)* அவளே இவ்வளவு நேரம் வந்திருப்பாள். ஆனால்...ஆனால்...

கம்பர்: (பரபரப்புடன்) என்ன சொல்கிறீர்கள்? அம்மா இங்கே இல்லையா?

திருவள்ளுவர்: இருக்கிறாள்; இப்போது எங்கேயாவது போயிருப்பாள். அவசியம் பார்க்கவேண்டுமா?

கம்பர்: ஆம்; அவர்களைப் பார்க்காவிட்டால் கோயிலுக்குச் சென்று இறைவனை மட்டும் தரிசித்து வந்தது போல ஆகாதா?

திருவள்ளுவர்: அப்படியும் சில சமயங்களில் செய்ய வேண்டியதுதான். கணவன் மனைவியாக யார் வந்தாலும் குறிப்பு அறிந்து வந்து உபசாரம் செய்கிறவள் அவள். ஏனோ வரவில்லையே!

கம்பர்: (சிறிது யோசனையில் ஆழ்கிறார்) ஒரு கால்....

திருவள்ளுவர்: ஒருகால் ....

வல்லி: ஒருகால்....

திருவள்ளுவர்: ஆம்; அதை நம் உள்ளம் அறிந்தால் போதும். அவளைப் பார்க்காவிட்டால் என்ன?

[வாசலில் ஏதோ ஆரவாரம், பலர் பேசுகிறார்கள், பல்லக்கிலிருந்து இறங்கி ஒட்டக்கூத்தர் உள்ளே வருகிறார். காதில் குண்டலம், தலையில் பாகை, மார்பில் மணிமாலைகள். தோளில் பொன்னாடை ஒரு பெரிய மன்னரைப் போலத் தோற்றம் அளிக்கிறார்.

[உள்ளே வருகிறார்.]

கம்பர்: (திரும்பிப் பார்த்தபடியே) ஒட்டக்கூத்தர் வருகிறார் போல் இருக்கிறதே!

திருவள்ளுவர்: ஓ, வாருங்கள், வாருங்கள். கூத்தமுதலியாரவர்களா? யாரோ சக்கரவர்த்தி என்னைத் தேடிக் கொண்டு வருவதாக எண்ணினேன்.

ஒட்டக்கூத்தர்: (வந்து அமர்ந்தபடியே) சக்கரவர்த்திக்கும் எனக்கும் வேறுபாடு இல்லாததில் வியப்பே இல்லை. அவன் புவிச்சக்கரவர்த்தி; நான் கவிச்சக்கரவர்த்தி. புவிச்சக்கரவர்த்தியை உலகம் அறிவது நம் கவியினாலே தானே? அவனுக்கு இருக்கும் பெருமையும் செல்வ வாழ்வும் நமக்கும் கிடைப்பது தானே நியாயம்?... இவர் யார்?

திருவள்ளுவர்: கம்பரைத் தெரியாதா உங்களுக்கு? இராமாயணம் பாடிய கவிஞர் பிரான் ஆயிற்றே!

கம்பர்: அப்படியெல்லாம் தாங்கள். சொல்லக்கூடாது. நான் ஒரு சிறிய கவிஞன்; அவ்வளவுதான்.

ஒட்டக்கூத்தர்: கம்பரா! இவரா கம்பர்? இவர் என்னை வந்து பார்க்கிறதே இல்லை. சடையப்ப வள்ளலை அழைத்தால் வருகிறார். இந்த மனிதர் மட்டும் வருவதில்லை.

திருவள்ளுவர்: இங்கே வந்த காரியம் யாதோ?

ஒட்டக்கூத்தர்: ஒன்றும் இல்லை; நான் கூத்தனூரில் ஒரு கலை மகள் கோயில் கட்டலாமென்று தொடங்கி விட்டேன். கவிஞர்களிடம் பொருள் பெற்று அதைக் கட்டி முடிக்கவேண்டும் என்பது என் எண்ணம். அதற்காக ஒவ்வொரு புலவராகப் பார்த்து வருகிறேன். உங்களையும் பார்க்க வந்தேன். கம்பரும் இங்கே இருந்தது நல்லதாகப் போயிற்று.

திருவள்ளுவர்: புவிச் சக்கரவர்த்திகளுடன் பழகும் உங்களுக்குக் கோயில் கட்டுவதற்கு வேண்டிய செல்வம் கிடைக்காதா? இப்படிப் பல புலவரிடம் தொகுக்க வேண்டிய அவசியம் இல்லையே!

ஒட்டக்கூத்தர்: அப்படி இல்லை. கவிஞர்களின் தெய்வம் கலைமகள். அவள் தொண்டில் எல்லாப் புலவரையும் ஈடுபடுத்த வேண்டும் என்பது என் கருத்து. நான்

இன்னும் பல இடங்களுக்குப் போகவேண்டும். உங்கள் பங்கை இப்போதே பெற்றுக்கொள்ளலாம் அல்லவா?

திருவள்ளுவர்: *(உள்ளே சென்று ஒரு வெள்ளை ஆடையை எடுத்து வந்து கொடுத்து)* வெள்ளைக் கலையுடுத்தும் கலைமகளுக்கு என் உழைப்பின் பயனான காணிக்கை இது.

ஒட்டக்கூத்தர்: *(அதை அலட்சியமாக வாங்கிக்கொண்டு, கம்பரை நோக்கி)* என்ன புலவரே, உமக்கு ஏதாவது கொடுக்க விருப்பம் உண்டா ?

கம்பர்: சடையப்ப வள்ளலிடம் கலந்துகொண்டு சொல்கிறேன்.

[ஒட்டக்கூத்தர் திடீரென்று புறப்பட்டுவிடுகிறார்.]

வல்லி: போகலாமா?

திருவள்ளுவர்: ஆம், நேரமாகிவிட்டது; போய்வாருங்கள்.

[இருவரும் வணங்கிவிட்டுப் போகிறார்கள்.]

காட்சி—3

[வெளியே ஒட்டக்கூத்தர் பல்லக்கில் ஏறப்போகிறார். முறுக்கிய மீசையும் உருட்டிய கண்களும் கறுப்புச் சட்டையும் தலைப்பாகையுமாகப் பாரதியார் வருகிறார்.]

ஒட்டக்கூத்தர்: (அருகில் உள்ள ஒருவரைப் பார்த்து) இந்த மனிதர் யார்? இவ்வளவு விறைப்பாக வருகிறாரே! கண்ணைப் பார்த்தால் விளக்குப் போல ஒளி வீசுகிறதே

அவர்: இவர் பாரதியார்; இவரும் ஒரு புலவர்.

ஒட்டக்கூத்தர்: அப்படியா? இவரிடமும் ஏதாவது கேட்கலாமே! ஐயா, உம்மைத்தான். நீர் புலவராமே? நான் கலைமகள் கோயில் கட்டுகிறேன். புலவர் பலரிடம் பொருள் தொகுத்துக் கட்டத் தொடங்கியிருக்கிறேன். உம்முடைய காணிக்கையாக ஏதாவது கொடுக்க முடியுமா?

பாரதியார்: (ஏற இறங்கப் பார்க்கிறார்,) நீர் எந்த ஊர் ராஜா?

ஒட்டக்கூத்தர்: நான் அரசன் அல்லன்; சக்கரவர்த்தி; கவிச்சக்கரவர்த்தி ஒட்டக்கூத்தர்.

பாரதியார்: (சிரிக்கிறார்.) அப்படிச் சொல், பாண்டியா! சபாஷ்! உன் செயலை மெச்சினேன், (தலைப்பாகையை அவிழ்த்து நீட்டுகிறார்.) இந்தா, கலைமகள் கோயிலில் வேலை செய்யும் தொழிலாளிகளில் முதல்வனுக்கு, இது மகாகவிச் சக்கரவர்த்தி சுப்பிரமணிய பாரதியின் சம்மானம் என்று சொல்லிக் கொடு, போய் வா, பராசக்தி உன்னைக் காப்பாற்றட்டும். (போய்விடுகிறார்.)

ஒட்டக்கூத்தர்: (கையிலிருந்து அது கீழே நழுவுகிறது.) இந்தப் பைத்தியம் யார்? (வெறிக்க வெறிக்கப் பார்க்கிறார்.)

காட்சி—4

நிலமகள்: இது என்ன கலவை*?* ஒன்றுக் ஒன்று பொருத்தம் இல்லாமல் சீட்டுக்கள் விழுந்திருக்கின்றனவே*!*

பிரமதேவன்: உன் விருப்பப்படியே எல்லாம் அடைவாய் விழுமாக்கும்*!*

நிலமகள்: பின்னே இது என்ன*?* ஒரே அலங்கோலம்*!* ஒரே குழப்பம்*!* எதை எதோடு சேர்க்கவேண்டுமோ*,* அது அது இங்கே காணோம். ஜோடியே சேரமாட்டேன் என்கிறது.

பிரமதேவன்: சீட்டாட்டம் என்றால் பின்னே எப்படி இருக்கும்*?*

10. நிறைவு

பர்வத குமாரி என்று அவளுக்கு அவள் தந்தை பெயர் வைத்தார். பள்ளிக்கூடத்தில் படிக்கும் போதெல்லாம் அதைத்தான் அவள் வைத்துக்கொண்டிருந்தாள். வீட்டில் அவள் பர்வதந்தான். அம்மா, அப்பா இருவரும் பர்வதம் என்றே அழைத்தார்கள். அவள் கல்லூரிக்கு வந்தாள். பர்வத குமாரி என்பது நீண்ட பெயராகத் தோன்றியது. அதைச் சுருக்கிக் குமாரி என்றே வைத்துக் கொண்டாள். இப்படியாக அவள் பெயரை இரண்டாக விண்டு வீட்டில் பர்வதமென்றும், கல்லூரியில் குமாரி என்றும் அழைக்கலானார்கள்.

அவள் படிப்பிலே அவள் தந்தை அதிகக் கவனமாக இருந்தார். மலையத்துவச பாண்டியன் மீனாட்சியை ஆண் குழந்தையைப் போலவே வளர்த்துப் படிப்பும் சொல்லிக் கொடுத்து ஆனையேற்றம், குதிரையேற்றம் எல்லாம் பழக்கி வைத்தானாம். குமாரியும் அப்படித்தான் வளர்த்தாள். அருணாசல வாத்தியாருக்கும் அவள் ஒருத்திதான் குழந்தை. அவர் சின்னப் பள்ளிக்கூடத்து வாத்தியாரானாலும் கையைக் கட்டி, வாயைக் கட்டி, 'டியூஷன்' சொல்லிக் கொடுத்து வந்த பணத்தைக் கொண்டு தம் மகளைப் படிக்க வைத்தார். அவள் எது கேட்டாலும் வாங்கிக் கொடுத்தார். கல்லூரியில், "நான் பி. எஸ்சி. யில் தான் சேருவேன்" என்று பிடிவாதம் பிடித்தாள். தடை சொல்லாமல் அதில் அவளைச் சேர்த்தார். 'பொறியியல் கல்லூரியில் சேருவேன்' என்று சொல்லியிருந்தாலும் எந்த மந்திரி காலிலாவது விழுந்து அதில் சேர்த்திருப்பார். அந்தக் காலத்தில் பெண்களுக்கு அவ்வளவு தூரத்துக்குத் துணிவு உண்டாகவில்லை.

அவள் சுறுசுறுப்பாகப் படித்தாள். "உங்கள் மகள் டாக்டராகப் போகிறாளாமே!" என்று யாரோ அவள் தந்தையைக் கேட்டார். அதற்கு ஊர்ப்பட்ட பணம் செலவாகுமென்று அவருக்குத் தெரியும். பெண்களுக்கு ஏற்ற வேலைதான் அது. ஆனால் பணத்துக்கு எங்கே போவது? இப்படி முதலில் மலைத்தாலும், முடிந்தால் எப்படியாவது தம் பெண்ணை மருத்துவக் கல்லூரியில் சேர்த்து விடுவதென்று உள்ளூற எண்ணிக் கொண்டிருந்தார். நாம் நினைக்கிறபடியெல்லாம் நடக்குமா? குமாரி—அவருக்குப் பர்வதம்—கல்லூரியில் பி. எஸ்ஸி. படித்து முடிப்பதற்கும் அவருக்குப் பாரிச வாயு வருவதற்கும் நாள் பார்த்து வைத்தது போலப் பொருத்தம் அமைந்தது. இனிமேல் அந்த மூன்று பேருக்கும் சாப்பாட்டுக்கு முதலில் வழிபண்ண வேண்டுமே! கடைசியில் குமாரியே ஒரு தீர்மானத்திற்கு வந்தாள். பல்லைக் கடித்துக்கொண்டு இன்னும் ஓர் ஆண்டு ஆசிரியப் பயிற்சி பெற்று, பி. டி. பட்டத்தையும் கையில் வாங்கிக்கொண்டு எங்காவது ஆசிரியையாகப் புகுவது என்று உறுதி செய்தாள். அவள் தந்தையார் வேலை செய்து வந்த பள்ளிக்கூடத்தில் அவருக்கு மொத்தமாக ஒரு தொகை வழங்கினார்கள். அதை வைத்துக்கொண்டு பயிற்சிக் காலத்தைத் தள்ளி விடலாம்.

★

இதெல்லாம் பழைய கதை. இப்போது குமாரி ஊரில் மிகவும் பெயர் பெற்ற உயர்நிலைப் பள்ளித்தலைமை ஆசிரியை. மாதம் 400 ரூபாய் சம்பளம் வருகிறது. பரீட்சை, பாடப் புத்தகம், அது இது என்று மேலே நூறு ரூபாய் வரும். பாவம்! அவளுடைய இந்த வசதியான

நிலைமையைக் கண்டு களிக்க அவள் தந்தை இல்லை. ஆசிரியையாகி முதல் சம்பளம் வாங்கியதைத்தான் அவர் பார்த்தார். அதற்குமேல் தம் மகளுக்குப் பாரமாக இருக்கக் கூடாது என்று கண்ணை மூடினார். அவளுடைய தாய் மட்டும் மேலே பத்து ஆண்டுகள் வாழ்ந்தாள். பர்வதம், பர்வதம் என்று அடிக்கொரு தரம் கூப்பிட்டு வேண்டியதை வாய்க்கு இனியதாகத் தன் பெண்ணுக்குச் சமைத்துப் போட்டுக் கொண்டிருந்தாள். "அந்தப் பெயர் வேண்டாமே! குமாரி என்று கூப்பிடேன்" என்பாள் மகள். "ஆமாம். குமாரி என்ன? குழந்தை என்றே கூப்பிடலாம்!" என்று தாய் கூறுவாள்.

தன் கணவர் மறைந்தது சிறிது துயரத்தை உண்டாக்கினாலும் தன் மகள் சம்பாதிப்பதைக் கண்டு பெருமிதம் கொண்டாள், குமாரியின் தாய். ஆனால் அந்தப் பெருமிதத்தைக் குலைக்க அவளிடம் ஓர் ஆசை பிறந்தது. தன் பெண்ணின் வயிற்றில் ஒரு குழந்தை பிறந்து அதைப் பார்த்துவிட்டுச் சாகவேண்டும் என்பது தான் அவள் ஆசை. இன்னும் கல்யாணமே ஆகவில்லையே! அதற்கு வழி உண்டான பிறகு தானே பிள்ளை பெறவேண்டும்?

முதலில் சாடை மாடையாகத் தன் கருத்தை அவள் தன் மகளிடம் சொல்லி வந்தாள்; "நீ பிள்ளையாகப் பிறந்திருந்தால் நான் நீ என்று பெண்கள் உன்னைத் தேடி வருவார்கள். இவ்வளவு நாளில் என் மடியில் ஒரு பேரக் குழந்தை தவழ்ந்து கொண்டிருக்கும். உன் வயசில் நான்........"

"போதும் அம்மா உன் புலம்பல். எனக்கு வேலை இருக்கிறது" என்று தட்டிக் கழித்து விடுவாள், குமாரி.

தாயும் எத்தனையோ சொல்லிப் பார்த்தாள். குமாரிக்கு இந்தச் சுதந்தர வாழ்வு பிடித்துவிட்டது. வீட்டுக்கு வந்தால் அம்மா உணவு சமைத்து ஆதரவுடன் போடுகிறாள். பள்ளிக்கூடம் போனால் பொறுப்பான வேலைகள் குவிந்திருக்கின்றன. ஒரு நாளில் இருபத்து நான்கு மணி நேரம் போதவில்லை. இதில் கல்யாணம் எதற்கு? சுதந்தரத்தைப் பறி கொடுத்துவிட்டு ஒரு முரட்டு ஆடவன் சொன்ன சொல்லுக்கெல்லாம் அடிமையாக ஆடி நிற்க வேண்டுமா?—அதைப் பற்றி அவள் சிந்திக்க மறுத்தாள். குமாரி, குமாரியாகவே இருந்தாள்.

இருபத்திரண்டாவது வயசில் அவள் வேலையில் புகுந்தாள். சாதாரண வாத்தியாரம்மாவாக இருந்து உயர் நிலைப் பள்ளி ஆசிரியையாகி, இப்போது சில ஆண்டுகளாகத் தலைமை ஆசிரியையாக இருக்கிறாள். அவள் தன் பதவியை நிலை நிறுத்திக்கொள்ள வேண்டுமென்று பாடுபட்டாள். அந்தப் பள்ளிக்கூடத்தில் ஆட்சிக் குழுவினர் அத்தனை பேரும் பெண்மணிகள். ஆகவே, ஆடவர்களோடு அதிகமாகப் பழக வேண்டிய நிலையும் அவளுக்கு இல்லை.

எப்போதாவது ஏதாவது உணர்ச்சி வருமானால் கோயிலுக்குப் போவாள். யாரையாவது சாமியாரைப் போய்ப் பார்த்து வருவாள். இல்லாமற்போனால் கடுமையான விஞ்ஞான நூல் ஒன்றிலே ஆழ்ந்து விடுவாள். பருவத்தின் தளிர்ப்பான காலங்களை இப்படியே போக்கிவிட்டாள். அம்மா இருந்ததும் இந்த விரத வாழ்க்கைக்கு ஒரு பெருந்துணையாக இருந்தது. இப்போது அம்மா இல்லை. அவள் இறந்து மூன்று ஆண்டுகள் ஆயின. அவளுக்கு வயசு முப்பத்தைந்து.

அம்மா இருந்த வரையில் தனக்கு வயசாகி வருகிறது என்ற நினைவே அவளுக்குத் தோன்றவில்லை. வீடு இல்லையானால் பள்ளிக்கூடம், பள்ளிக்கூடம் இல்லையானால் வீடு—இப்படி அவள் போது கழிந்து கொண்டிருந்தது.

ஆனால் அம்மா போன பிறகு இந்த மூன்று ஆண்டுகள் எவ்வளவு நீண்டு வளர்ந்தன. வீடு வெறிச்சோடிக் கிடந்தது. யாரோ ஒரு கிழவியைக் சமையல் செய்ய அமர்த்தியிருந்தாள். அவள் அம்மா ஆவாளா? சமைத்துச் சாப்பாடு போட்டுவிட்டு அவள் எங்கேயாவது படுத்துத் துங்குவாள். வேலைக்காரப் பையன்தான் கூப்பிட்ட குரலுக்கு வந்து நிற்பான்.

அம்மா இருந்தபோது அவள் அருமை தெரியவில்லை. இப்போதுதான் அது தெரிந்தது. அவள் கல்யாணம் பண்ணிக்கொள்ளும்படி, குறிப்பாகவும் வெளிப்படையாகவும், சாந்தமாகவும் கோபமாகவும், கெஞ்சியும் மிஞ்சியும் சொன்ன வார்த்தைகளெல்லாம் ஒன்றன்பின் ஒன்றாய் நினைவுக்கு வந்துகொண்டே இருந்தன. ‘அம்மா சொன்னபடி கேளாமல் போனோமே!’ என்ற எண்ணங்கூடத் தோன்றியது.

இத்தனை, காலம் அந்தப் பள்ளிக்கூடத்தில் ஆசிரியையாக இருந்ததனால், வெளியிலே எங்காவது சென்றால் அவளிடம் படித்த பெண்கள் பலர் கண்ணிற் பட்டார்கள். பெரும்பாலோர் குடியும் குடித்தனமுமாக வாழ்வதையே அவள் கண்டாள். இதோ நேற்று. மங்கையர்க்கரசி கையில் ஐந்து வயசுக் குழந்தையை அழைத்துக்கொண்டு வந்தாள்.

“அம்மா, இவனை ஆசீர்வாதம் செய்யுங்கள். உங்கள் பள்ளிக்கூடத்தில் இவனுக்கு இடம் கிடைக்காதே! இவன் ஆணாகப் பிறந்து விட்டானே!” என்றாள்.

“இருந்தால் என்ன? அடுத்தபடி வருகிற குழந்தையைச் சேர்த்துவிட்டால் போயிற்று!” என்றாள் குமாரி.

வந்தவள் முகம் முழுவதும் நாணம் பூத்துக் குலுங்கியது. அதில்தான் எத்தனை பூரிப்பு! “உங்கள் ஆசீர்வாதம் பலிக்கட்டும்” என்று மெல்லச் சொல்லிவிட்டு அவள் நழுவினாள். அவள் அப்போது கருவுற்றிருந்தாள் என்பதைக் குமாரி பிறகுதான் தெரிந்துகொண்டாள்.

இது இப்போது நினைவுக்கு வந்தது. ஆசி கூற நமக்கு என்ன உரிமை இருக்கிறது? பெண் குழந்தை பிறக்க வேண்டுமென்று பிறரை வாழ்த்தும் எனக்குக் குழந்தையைப் பற்றி என்ன தெரியும்? அவள் உள்ளத்தில் ஏதோ வெறுமை தோன்றியது.

அன்று கோயிலுக்குப் போயிருந்தாள். அம்பிகையின் சந்நிதிக்குப் போய்க் கொண்டிருந்தாள். கணவனும் மனைவியுமாக இரண்டு பேர், ஒரு குழந்தையோடு கோயிலுக்குள் நுழைந்து கொண்டிருந்தார்கள். பெண் குழந்தை; எடுத்துக்கொள்ள வேண்டுமென்று பிடிவாதம் பிடித்தாள்.

கணவன், “இவளைச் சற்றே எடுத்துக் கொள்ளேன்” என்றான்.

“நீங்கள்தாம் சிறிது நேரம் இவளைச் சுமக்கக் கூடாதா ?” என்றாள் மனைவி.

“குழந்தைச் சுமையெல்லாம் உன்னுடனே இருக்கட்டும். அதுதான் நியதி” என்று சொல்லிப் புன்முறுவல் பூத்தான் கணவன். ஆனால் உடனே அந்தக் குழந்தையைத் தாவி எடுத்துக்கொண்டான்.

“எதற்கு எது பேச்சு?” என்று பொய்க் கோபத்தைக் காட்டினாள் அந்தப் பெண்.

இதைக் குமாரி பார்த்தாள். அவளுக்கு ஒரு கணம் ஒன்றுமே தோன்றவில்லை. உடம்பு குப்பென்று வியர்த்தது. தான் யாரும் இல்லாத பாலைவனத்தில் தன்னந்தனியே நிற்பதுபோலப் பட்டது. கோயிலுக்குக் கூடப் போகவில்லை. பேசாமல் வீட்டுக்கு வந்து தலைவலி என்று படுத்துக் கொண்டாள்.

அன்றுதான் அவளுக்குத் தன் வாழ்க்கையின் வெறுமை தெரிந்தது. அம்மாவின் வாயை அடைக்க அவள் எத்தனை பேசியிருக்கிறாள்! சுதந்தரம் என்றும், அடிமை வாழ்வென்றும், ஆணும் பெண்ணும் சரி நிகர் சமானமென்றும், பெண்ணை ஆண் அடக்கி வாழும் வாழ்வுக்கு இடம் கொடுக்கக் கூடாதென்றும் அவள் பேசியிருக்கிறாள். மாலையில் கோயிலில் பார்த்த கணவன், மனைவி, குழந்தை என்ற மூன்று பேரையும் தன் உளக் கண்ணில் இப்போது கொண்டுவந்து நிறுத்திக்கொண்டாள். என்ன நிறைவான வாழ்க்கை! என்ன நுட்பமான அன்பு! அவளுக்கு அது புரிந்தது போலவும் இருந்தது; புரியாதது போலவும் இருந்தது.

அவள் தன் அம்மாவை நினைத்துக்கொண்டு அழுதாள், விம்மினாள்; அப்படியே தூங்கிப்போய்விட்டாள்.

அன்று முதல் அவள் பார்வையிலேயே மாற்றம் உண்டாகிவிட்டது. சின்னஞ் சிறு குழந்தையைக் கண்டால் அழைத்து ஏதாவது கையில் கொடுப்பாள். அது போனவுடன் பெருமூச்சு விடுவாள். தாயும் குழந்தையும் சேர்ந்திருந்தால் கூர்ந்து பார்ப்பாள். கணவனும் மனைவியுமாகச் சென்றால் மறைந்து பார்ப்பாள்; குறிப்பாகப் பார்ப்பாள். தன் வாழ்வே சூனியமாகிவிட்டது என்ற உணர்ச்சி அவளிடம் தோன்றி வளரத் தொடங்கியது.

அவளுக்கு என்ன குறைவு? சொந்த வீடு கட்டிக் கொண்டிருக்கிறாள். நல்ல வேலை, மதிப்புக்கும் குறைவில்லை. ஆயிரத்தைந்நூறு பெண் குழந்தைகளும் அறுபது ஆசிரியைகளும் அவள் குடும்பம். மாதந்தோறும் கை நிறையப் பணம் வருகிறது. பாங்கில் நிறையப் பணம். இன்னும் என்ன வேண்டும்? சுதந்தரமான வாழ்வு. அவள் நினைத்தால் நினைத்ததைச் செய்யலாம். யாரையாவது கேட்க வேண்டுமா?

★

அன்று ஒரு நாள் குமுதினி அவளைப் பார்க்க வந்திருந்தாள். அவள் பள்ளிக்கூடத்தில் படித்தபோதே மிக நன்றாகப் பாடுவாள். அதற்காகப் பரிசும் வாங்கியிருக்கிறாள். இன்னும் இரண்டு நாளில் ஒரு விழா அந்தப் பள்ளிக்கூடத்தில் நடக்கப் போகிறது. அதில் குமுதினியைப் பாடச் சொல்லலாம் என்று எண்ணினாள். தன் விருப்பத்தைக் குமாரி அவளிடம் கூறினாள்.

“நீங்கள் சொன்னால் வரமாட்டேனா அம்மா? ஆனால்...” அவள் சிறிது தயங்கினாள்; “அவரிடமும் ஒரு வார்த்தை சொல்லிவிட்டு வந்து சொல்கிறேன்” என்றாள். அப்படிச் சொன்னபோது அவள் முகத்தைப் பார்த்தாள் குமாரி. அடிமை, எசமானுக்குப் பயந்து சொல்வது போலவா அவள் சொன்னாள்? அவள் முகத்தில் ஒரு பெருமிதம், ஒரு நிறைவுதான் தோன்றியது.

இவ்வளவுக்கும் அந்தக் காலத்தில் பள்ளிக்கூடத்தில் குமுதினி எவருக்கும் அடங்காதவள் என்று பெயர் வாங்கினவள். சுதந்தர உணர்ச்சி பெற்றவள் என்று ஆசிரியைமார்கள் பேசிக்கொள்வதுண்டு. இப்போது, அந்த உணர்ச்சி போய் அவள் அடிமையாகி விட்டாளா? இப்படி நினைப்பதே முட்டாள்தனம் என்று குமாரிக்குத் தோன்றியது.

இப்போது அதை எண்ணிப் பார்த்தாள். குமுதினி ஏற்றுக்கொண்ட இன்ப அடிமை வாழ்வுக்காக எதனை வேண்டுமானலும் தியாகம் செய்யலாம் என்று தோன்றியது.

★

குமாரிக்கு அவரிடம் மதிப்பும் மரியாதையும் உண்டாயின. அவரும் ஒரு பள்ளிக்கூடத் தலைமையாசிரியர் தாம். வயசு நாற்பது இருக்கலாம். வேலாயுதம் என்று பேர். தன்னைப்போல அவர் பேரை உடைத்துக் கொள்ளவில்லை என்பதை உணர்ந்து கொண்டாள். ஆசிரியர் கூட்டங்களில் அவரைத் தெரிந்துகொண்டாள். அவருடைய பண்பு அவளுக்குப்

பிடித்திருந்தது. கொஞ்சம் அதிகமாகவே அவருடன் பேசினாள். அம்மா போனதற்குப் பிறகு மனசு பொருந்தப் பேசுவதற்கு யாரும் இல்லை. அவரிடம் மனசு பொருந்துவது போல ஒரு பிரமை உண்டாயிற்று. ஒரு நாள், "நீங்கள் எங்கே குடியிருக்கிறீர்கள்?" என்று கேட்டு அவர் விலாசத்தைத் தெரிந்து கொண்டாள். ஏதோ ஒன்றைப் பற்றி விளக்கம் தெரிந்துகொள்ள அவரைத் தன் வீட்டுக்கு அழைத்தாள். அவர் வந்து பள்ளிக்கூட நிர்வாகம் சம்பந்தமாகக் குழப்பமாக இருந்த அரசியலார் உத்தரவை விளக்கமாகச் சொன்னார். இப்படியே இருவருக்கும் பழக்கம் முதிர்ந்தது. ஆனால் அந்த உறவினிடையே உள்ளத்தின் ஆழத்தில் உள்ள பூ நரம்பைத் தொடும் உணர்ச்சி ஒன்றும் உண்டாகவில்லே. அவர் குடும்பி அல்லவா ?.

ஆனால் அன்று அவளுக்கு உலகம் மீண்டும் சுவையுடையதாகத் தோன்றுவது போல இருந்தது. காரணம் இதுதான் ; அவர் வந்திருந்தார். "அடுத்த முறை நீங்கள் வரும்போது உங்கள் மனைவியையும் அழைத்துக்கொண்டு வரவேண்டும்" என்று சொன்னாள் குமாரி. அவர் சற்றே தடுமாறிப் பிறகு தெளிந்து, "அதற்கு நான் பாக்கியம் செய்யவில்லை" என்றார்.

உடனே - குமாரியின் கற்பனை எப்படி எப்படியோ ஓடிவிட்டது. இவரும் நம்மைப் போலவே மணம் ஆகாதவரா ? இவர் வயசும் நம் வயசும்? கல்யாணம், கார்த்திகை... கொட்டு மேளம்... குழந்தை—எல்லாம் சினிமாவைப் போல அவள் உள்ளத்திலே ஓடின.

"என்ன யோசிக்கிறீர்கள்?" என்று வேலாயுதம் கேட்டார்.

"ஒன்றும் இல்லை. உங்களுக்குத் திருமணம் ஆகவில்லையேயென்று..."

"இல்லை, இல்லை. நான் மணமானவன்தான். ஆனால் இன்று அவள் இல்லை. என் கையில் ஒரு பச்சிளம் குழந்தையைக் கொடுத்துவிட்டு நான்கு ஆண்டுகளுக்கு முன் அவள் நித்தியப் பொருளோடு கலந்துவிட்டாள்" -- ஒரு பெருமூச்சு.

"மன்னிக்க வேண்டும். உங்கள் உணர்ச்சியைக் கிளறிவிட்டேன்."

அவர் விடை பெற்றுக்கொண்டார்.

அன்று இரவு அவளுக்குத் தூக்கமே இல்லை. அவரைப்பற்றித் தான் முதலில் நினைத்ததைப் போல அவர் பிரம்மசரியாகவே இருந்திருந்தால்? இந்தப் பருவம் அல்லாத பருவத்தில் தான் ஆசைப்படுவது தவறு என்று தோன்றினாலும், வேண்டுமென்றே யாரோ ஒருவர் ஆசை காட்டி மோசம் செய்தது போன்ற ஏமாற்றம் உண்டாயிற்று, என்ன என்னவோ எண்ணினாள். இப்போது மற்றொரு யோசனை தோன்றியது. பிரமசாரியாக இல்லாவிட்டால், என்ன? அவருக்கு மனைவி இல்லை; அவளும் தனி.

இந்த எண்ணத்தை வளர்த்து இன்புற்றாள். அதற்கும் ஒரு தடை எழுந்தது. அவருக்கு எத்தனை குழந்தைகளோ? அவள் குழந்தை பெற்று இறந்தாள் என்று சொன்னார். இந்தக் குழந்தைக்கு முன் எத்தனை குழந்தைகளோ?

இந்தக் கேள்விக்கு உடனே விடை தெரிந்து கொள்ள வேண்டுமென்று துடித்தாள். அந்த நள்ளிரவில் ஓடிச் சென்று, "உமக்கு எத்தனை குழந்தைகள்" என்று கேட்பதா?

பொழுது விடிந்தது. அன்று அவர் வரவில்லை. அவளுக்கு உடனே உண்மையைத் தெரிந்துகொள்ள வேண்டுமென்ற ஆவல் அளவுக்கு மிஞ்சி எழுந்தது. அவரைத் தேடிக்கொண்டே போனாள். அவள் அங்கே போனது அதுதான் முதல் முறை.

வீட்டை அவர் எவ்வளவு சுத்தமாக வைத்திருந்தார்: அவள் போனபோது அவர் குழந்தைக்குக் கதை சொல்லிச் சோறு ஊட்டிக் கொண்டிருந்தார். வீட்டில் யாரோ ஒரு வேலைக்காரன் மட்டும் இருந்தான்.

போனவுடனே கேட்பாளா? ஏதோ சந்தேகம் கேட்பவளைப் போல வந்தாள். உண்மையான ஐயங்களையும் பேச்சுப் போகிற போக்கிலே தெரிந்து கொண்டாள்.

அவருடைய மனைவிக்கு மூன்று குழந்தைகள் பிறந்து யாவும் இறந்து போயின. இந்த ஒரு குழந்தைதான் உயிரோடு இருக்கிறது. ஆனால் தாய் இறந்து விட்டாள். அவர் இங்கே வந்து மூன்று ஆண்டுகள் ஆகின்றன. முன்பு இருந்த ஊரில் எல்லா வசதியும் இருந்தும் மனைவி இறந்தமையால் மனம் பொருந்தாமல் இங்கே வந்து விட்டார்.

அதுமுதல் அவளுக்கு நம்பிக்கை பிறந்தது. அவள் தன் இளமைப் பருவத்தைத் தனியே போக்கி விட்டாலும்

இனியாவது ஒரு துணையுடன் வாழலாமே! காதல் என்பது பருவத்தோடு போய் விடுவதா? உள்ளம் ஒன்றி வாழ்வதற்கு எந்த வயசானால் என்ன? அவளுக்கு ஒரு துணை வேண்டும். அதற்கு மேல் ஒரு குழந்தை வேண்டும்.

எப்படியோ இருவரும் குறிப்பாகப் பேசிக் கொண்டார்கள். ஒருவர் மற்றொருவர் எண்ணத்தைத் தெரிந்து கொண்டு வெளிப்படையாகவும் பேசினார்கள். ''நான் இல்வாழ்வுச் சுகத்தை அநுபவித்தவன். நீயோ இந்த வாழ்வுக்குப் புதியவள். உனக்கு என்னால் முழுமை உண்டாகுமோ உண்டாகாதோ நான் அறியேன். என் வாழ்க்கைக்கு ஒரு துணை அவசியம். எனக்காக இல்லா விட்டாலும் இந்தக் குழந்தைக்காகவாவது ஒரு தாய் வேண்டும். அதனால் உன்னை மணம் செய்துகொள்ள இசைகிறேன். ஆனால், நாற்பது வயசான என்னிடம் இளம் பருவக் காளையிடம் காணும் இன்பத்தை எதிர்பார்க்க முடியாது என்பதை உணர்ந்து, உன் வாழ்வைத் தியாகம் செய்ய முன்வருவாயானால், உன்னை மகிழ்ச்சியுடன் ஏற்றுக் கொள்கிறேன்'' என்றார் வேலாயுதம்.

''நானும் முப்பத்தைந்து வயசுக் கிழவிதான். பேர் தான் குமாரி, என்னை மணக்கத் துணிந்த நீங்களே தியாகம் செய்கிறீர்கள். ஆண்களுக்கு நாற்பது வயசு என்பது ஒரு வயசு அல்ல. நாற்பது பிராயத்தில் மணம் செய்து கொண்டு பல பிள்ளைகளைப் பெற்றவர்கள் இருக்கிறார்கள். உங்களுடைய தூய உள்ளத்தில் எனக்கும் ஓர் இடம் கொடுக்க நீங்கள் துணிந்தால், இந்த உலக வாழ்வே சொர்க்க வாழ்வாகிவிடும் எனக்கு."

“இன்னும் நன்றாக யோசனை பண்ணி உன் தீர்மானத்தைச் சொல்” என்று சொல்லி விடைபெற்றார் அவர்,

அவளுக்கு அவரை மணம் செய்து கொள்வதில் ஆசைதான். கணவன் கிடைப்பது மட்டும் அன்று; கொஞ்சுவதற்கு ஒரு குழந்தையும் உடனே கிடைக்கிறதல்லவா? அவருக்குள்ள பொறுப்பை அவள் ஏற்றுக் கொள்வாள். அந்தக் குழந்தைக்குத் தாய் இல்லாத குறை தீரும்படி செய்யலாம். அவருக்கும் வாழ்க்கைத்துணை இல்லாத குறை தீரும். தனக்கோ?— அவள் இப்போதே இன்பவாழ்வின் உச்சியில் இருப்பதாக எண்ணிப் பூரித்தாள்.

மறுபடியும் அவள் நெஞ்சு சற்றே திசைமாறியது. நாற்பது பிராயத்தில் மணம்செய்து கொண்டு பல பிள்ளைகளைப் பெறும் ஆண்களைப் பற்றித் தான் சொன்னது நினைவுக்கு வந்தது. கல்யாணத்துக்குப் பிறகு அவளுக்கும் குழந்தை பிறக்கும் அல்லவா? அப்போது இந்தக் குழந்தையை அன்பு குறையாமல் வளர்க்க முடியுமா? அவள் கேட்ட பல கதைகள் நினைவுக்கு வந்து குழப்பின. இன்பக் கனவு காணும்போது திடீரென்று படுக்கையிலிருந்து புரண்டு கீழே விழுந்தது போல இருந்தது. மேலே எண்ணத்தை ஓடவிடாமல் நிறுத்தினாள். பிறகு தூங்கிப்போனாள். தனக்கும் பல பிள்ளைகள் பிறந்தால்?

பிறக்காமல் பண்ணிக் கொள்ளலாமே!

சொந்தக் குழந்தையைப் போல அயலார் குழந்தை ஆகுமா?

எது அயலார் குழந்தை? அந்தக் குழந்தைக்காகத் தானே அவர் அவளை மணம்புரிந்து கொள்கிறார்?

முப்பத்தைந்து வயசுப் பெண் பிள்ளைக்கு என்ன பிரமாதமான சுகம் கிடைத்து விடப்போகிறது?

அம்மாவுக்குப் பிறகு தன்னைக் கொல்லும் தனிமையைப் போக்க யாராவது துணை வேண்டாமா?

துணை வேண்டுமென்று சிக்கலை வரவேற்பதா? என்ன இருந்தாலும் முதல் மனைவியோடு நன்றாக வாழ்ந்தவருக்குத் தன்னிடம் தூய காதல் உண்டாகுமா? அதைக் காதல் என்றுசொல்வதற்கில்லை; அன்பென்று சொல்லலாமா? இரக்கம் என்று சொல்லலாமா?

தனக்கு இருக்கும் பணத்துக்காகக் கல்யாணம் பண்ணிக் கொள்கிறாரோ?

சீ! என்ன பேதைமை!

ஒரு வாரம் அவள் இப்படிக் குழப்பத்திலே தத்தளித்தாள். பிறகு அவளுக்குத் தான் கசங்காத மலராகவே இருந்துவிடவேண்டுமென்று தோன்றியது. ஆனால் தன் குறையை ஒருவாறு நிரப்பிக் கொள்ள வேண்டுமென்ற ஆவலும் தோன்றியது. ஒரு விதமாக யோசித்துக் கடைசியில் ஒரு முடிவுக்கு வந்தாள். அவரை அழைக்கவும் இல்லை.

அவர் ஒரு கடிதத்தைத் தபாலில் எழுதிப் போட்டிருந்தார். நேரே கேட்க நாணம். கடிதம் சுருக்கமாகத் தான் இருந்தது: "நான் என்ன செய்வதென்று நீ இன்னும் முடிவு சொல்லவில்லை. நீ நன்றாக யோசிக்க இந்த ஒரு வாரம் போதுமானதென்றே எண்ணுகிறேன். நீயே தோற்றுவித்த சிறிய ஆவலுக்கு முடிவு காண ஆசைப்படுகிறேன்.''

இதைக் கண்டு அவள் பொருமினாள்; தான் தவறு செய்து விட்டதாக எண்ணினாள். இல்லை இல்லை, செய்ய இருந்த பிழையினின்றும் தப்பிவிட்டதாக எண்ணினாள். இரண்டு நாள் கழித்தே விடை எழுதினாள்.

''நன்றாக யோசித்துப் பார்த்தேன். ஏதோ அவசரத்தில் உங்களிடம் சொன்னேன். ஆனால் புதிய மாற்றத்தை ஏற்றுக்கொள்ளும் துணிவு எனக்கு உண்டாகவில்லை. உங்கள் உள்ளத்தில் ஒருத்திக்குத்தான் இடம் இருக்க வேண்டும். ஆனால் என் இப்போதைய வாழ்க்கையில் எனக்கு ஒரு குறை இருக்கிறதை உணர்கிறேன். அதை நிரப்ப உங்களால் முடியும். நாம் முன்பு நினைத்தபடி அல்ல. நீங்கள் தயை செய்தால் எனக்கு அந்தக் குறை நீங்கும். எனக்கு ஒரு குழந்தை வேண்டும். நான் உங்களுக்கு மனைவியாக வர என் உள்ளம் தயங்குகிறது. ஆனாலும் உங்கள் குழந்தைக்குத் தாயாக இருக்கும் பேற்றை மாத்திரம் எனக்கு அருளுங்கள்.''

அவரிடமிருந்து வந்த கடிதம் அவளை ஆச்சரியத்தில் ஆழ்த்தியது. ''ஆம், அப்போதே நினைத்தேன். முதலில் உணர்ச்சியால் நீ ஆசைப்பட்டாய், கன்னி ஆதலினால், வயசு ஆகிவிட்டதனால் சிறிது நிதானித்து ஆராய்ந்து உன் கருத்தைத் தெரிவித்திருக்கிறாய். இதை நான் வர வேற்கிறேன். உண்மையில் கடவுளே உனக்கு இந்த

எண்ணத்தை உண்டாக்கியிருக்க வேண்டுமென்று நம்புகிறேன். என் குழந்தையின் வாழ்வுக்கு ஒரு பெண் ஆதாரம் ஆவதுபோல, நான் ஆக முடியுமா? உனக்கு என் குழந்தையை மனமார வழங்குகிறேன். உன் சகோதரனுடைய குழந்தையை நீ உரிமையோடும் அன்போடும் பார்த்துக் கொள்வாய் என்பதில் ஐயம் இல்லை.

“உன்னிடம் குழந்தையை விட்டுவிட்டு நான் முன்பு இருந்த ஊருக்கே போய் விடலாமென்று தீர்மானித்து விட்டேன். மனித மனம் பொல்லாதது. நாம் அருகில் இருப்பதை விட இப்படிப் பிரிந்து வாழ்வதில் அன்பும் தூய்மையும் வளரும்.”

அவள் உண்மையிலே நிறைவு பெற்றாள்.

11. மலர்ச்சி

“”என்ன அம்மா,நீங்கள் இங்கேயா இருக்கிறீர்கள்?” என்ற குரல் கேட்டது. திரும்பிப் பார்த்தேன்; யாரோ பூக்காரி பேசினாள். அவளை உற்றுப் பார்த்தேன்.

“என்ன அம்மா, என்னைத் தெரியவில்லையா? நான் தான் செங்கமலம் அம்மா!”

“அட நீயா! உன்னை எங்கே இத்தனை வருஷங்களாகக் காணவில்லை?”

அவள் செங்கமலமா? எப்படி இருந்தாள் எப்படி ஆகிவிட்டாள்! புத்தம் புது ரோஜாப் பூவைப் போல இருந்தாளே! ரோஜாப் பூவைச் சொல்லக்கூடாது; அது தொட்டால் உதிரும். அழகான செந்தாமரையைப் போலத் தள தளவென்று இருந்தாள். அவள் முகத்தில் முல்லை பூத்திருக்கும். கன்னத்தில் மாம்பழம் பழுத்திருக்கும். அவளா இப்படி ஆகிவிட்டாள்?

“ஏண்டி, உனக்கு உடம்புக்கு என்ன? இப்படி வாடின வெற்றிலை ஆகிவிட்டாயே! நாராயணன் சௌக்கியமா?” என்று கேட்டேன்.

சௌக்கியந்தான் அம்மா. என் உடம்புக்கு ஒரு கேடும் இல்லை; வயசு ஆகிறதில்லையா?

"என்னடி இது? நூற்றுக் கிழவி மாதிரி பேசுகிறாயே. நேற்று உனக்குக் கல்யாணமானது எனக்குத் தெரியும். உன்னைப் பார்த்து அஞ்சு வருஷம் இருக்குமா?"

"கணக்காக அஞ்சு வருஷகாலந்தான் ஆச்சு அம்மா. உங்களை நான் எங்கெங்கோ தேடினேன். இங்கே புதுவீடு கட்டிக்கொண்டு வந்துவிட்டீர்கள் போல் இருக்கிறது."

"ஆமாம்; எத்தனை நாளைக்கு வாடகை வீட்டில் குடி இருக்கிறது? நமக்கு என்று ஓர் இடம் இருந்தால் நம்முடைய பிரியப்படி ஏதாவது செடி கொடி போட்டுக் கொள்ளலாம். உனக்குக் குழந்தைகள் உண்டா"

"அதில் ஒன்றும் குறைவு இல்லை, அம்மா. இரண்டு பேர் இருக்கிறார்கள்."

"அது சரி, நீ ஏன் கல்யாணமாகிச் சில மாதங்களுக்குப் பிறகு வரவே இல்லே?"

செங்கமலத்துக்குக் கல்யாணம் ஆனது எனக்குத் தெரியும். ஒரு வகையில் நானும் அந்தக் கல்யாணத்திற்குக் காரணமாக இருந்தேன். அக்காலத்தில் வேறு ஒரு வீட்டில் குடியிருந்தோம். தினந்தோறும் நாராயணன் பூக்கொண்டு வந்து தருவான். அவன் வராத இரண்டு மூன்று நாள் செங்கமலத்தினிடம் பூ வாங்கினேன். அதனால் அவர்களுக்குள்ளே சிறு பூசல், கடைசியில் அது கல்யாணமாக முடிந்தது.

கல்யாணத்துக்குப் பிறகு இரண்டு மூன்று மாதங்கள் செங்கமலம் பூக்கொண்டு வந்து கொடுத்தாள்; பிறகு

காணவில்லை. நாங்கள் இந்தப் புது வீட்டுக்கு வந்து விட்டோம். வந்து மூன்று ஆண்டுகள் ஆயின.

செங்கமலம் இப்போது வாடிய முகமும் மெலிந்த உடம்புமாகக் காட்சியளித்ததைக் கண்டு என் மனம் மிகவும் வேதனைப்பட்டது. அவள் தன் கதையைச் சொன்னாள்.

"இவருக்கு ஒரு மாமன் கடலூரில் இருந்தார். அவர் அங்கே தோட்டம் போட்டிருந்தார். இவரை அங்கே வந்தால் தோட்டவேலை பார்க்கலாம் என்று அழைத்தார். அவர் பேச்சைக் கேட்டுக்கொண்டு நாங்கள் இருவரும் அங்கே போய்ச் சேர்ந்தோம்."

"அங்கே வசதியாக இல்லையா?"

"சொல்கிறேன், கேளுங்கள். போன புதிதில் எல்லாம் நன்றாகவே இருந்தன. மாமனுக்கு ஒரு பெண் உண்டு. அவளை இவருக்குக் கொடுக்க வேணுமென்பது அவருடைய ஆசை. இவர் என்னைக் கட்டிக்கொள்ளவே, அந்தப் பெண்ணை வேறு யாருக்கோ கொடுத்துவிட்டார்கள். மாமனுக்கு இவரிடத்திலே பிள்ளைபாசம். ஆனால் அவருடைய பெண்சாதிக்கு இவரைக் கண்டால் ஆகிறதில்லை. போய் ஒரு வருஷம் ஒரு சங்கடமும் இல்லாமல் இருந்தது. எங்களுடைய போதாத காலம், மாமனுக்குப் பாரிசவாயு வந்து படுத்த படுக்கையாகிவிட்டார். இனி மேல் எல்லாம் நீயே கவனித்துக் கொள் அப்பா என்று இவரிடம் சொல்லிவிட்டார்."

"ஏன், அவனுக்குப் பிள்ளை குட்டி இல்லையா?"

"ஒரு பெண், ஒரு பிள்ளை, பெண்ணைத்தான் கட்டிக் கொடுத்துவிட்டார். மகன் சின்னப் பிள்ளை. மாமன் நினைத்தபடி ஒன்றும் நடக்கவில்லை. அவர் உடம்பில் வலிமையுடன் ஓடி ஆடி உழைத்தபொழுது அவர் பேச்சுக்கு மதிப்பு இருந்தது. கீழே படுத்தபிறகு அந்த மதிப்பு வர வரப் போய்விட்டது. அவருடைய மனைவி அதிகாரம் செய்ய ஆரம்பித்தாள். இவர் ரோசக்காரர். ஒரு பெண்பிள்ளை அதிகாரம் பண்ணுகிறதாவது என்று மனசுக்குள் வருத்தம். கொஞ்ச நாளில் அந்த அம்மாள் தன் மாப்பிள்ளையையே வருவித்துக்கொண்டாள். இவர் குறிப்பு அறிந்து மெல்ல நழுவிவிட்டார்.""

"மாமன் ஒன்றும் சொல்லவில்லையா?"

"அவர் உயிருக்கு மன்றாடிக்கொண்டிருப்பவர் என்ன சொல்லுவார்? இவர் வீட்டை விட்டு வந்த அடுத்த மாசமே அவர் பரலோகம் போய்ச்சேர்ந்தார்."

"அடடா! அப்புறம்?"

அப்புறம் என்ன? இவர் ஒரு சின்னப் பூந்தோட்டத்தைக் குத்தகைக்குப் பிடித்துப் பூ வியாபாரம் செய்யத் தொடங்கினார். எனக்கும் அது பிடித்ததாக இருந்தது. எங்கள் பழைய தொழில் அல்லவா?
எனக்குக்குழந்தைகள் பிறந்தன. ஆனால் வாழ்க்கை சுகப்படவில்லை. கிணற்றில் தண்ணீர் இல்லாமல் தோட்டம் கெட்டுப்போயிற்று. குத்தகைப் பணம் கொடுக்கக் கூடத் திண்டாட்டமாகி விட்டது. இனி நமக்குப் பட்டணந்தான் சரியென்று கடலூருக்கு ஒரு

முழுக்குப் போட்டு வந்துவிட்டோம்; மூன்று மாசங்கள் ஆகின்றன.

"நாராயணனும் பூ விற்கிறானா?"

இங்கே முன்போல வாடிக்கைக்கைக்காரர்களைப் பிடிக்க முடியவில்லை. நான்தான் விற்கிறேன். அவர் ஏதாவது கூலிவேலைக்குப் போகிறார்.

"வேலை கிடைக்கிறதா?"

"என்னைப் பார்த்தாலே உங்களுக்குத் தெரியவில்லையா? வாரத்துக்கு ஒரு நாள் கிடைத்தால் பெரிது. எனக்கும் அவ்வளவு அதிகமாக வியாபாரம் ஆவதில்லை. ஏதோ ஒருவேளை கஞ்சி காய்ச்சிக் குடிக்கிறோம்."

அவளைப் பார்க்கப் பார்க்கப் பரிதாபமாக இருந்தது.

"உங்களைப் பார்த்ததில் சந்தோஷம். தெய்வத்தைக் கண்டதுபோல இருக்கிறது. ஆனால்..."

அவள் ஏதோ சொல்லத் தயங்குகிறாள் போலிருந்தது. அவள் சுற்று முற்றும் உள்ள செடிகளைப் பார்த்தாள்.

"என்ன சொல்கிறாய்?"

"ஒன்றும் இல்லை அம்மா. நீங்கள் முன்போல் என்னிடம் பூ வாங்கமாட்டீர்கள் என்று தோன்றுகிறது."

“ஏன், வேறு யாராவது கொடுக்கிறார்கள் என்று நினைக்கிறாயா?”

“இல்லை அம்மா, நீங்களே இத்தனை பூச்செடிகள் வைத்திருக்கிறீர்கள். உங்களுக்குப் பிரியமான மல்லிகைச் செடிகள் நன்றாக வளர்ந்திருக்கின்றன. நீங்கள் விலைக்குப் பூ வாங்கவேண்டிய அவசியம் இல்லையே”

அவள் சொன்னது உண்மைதான், நான் இப்போ தெல்லாம் பூ வாங்குவதே இல்லை. ஏதாவது விசேஷ காலங்களில் செவ்வந்தி, ரோஜாப்பூக்களே வாங்குவேன். எங்கள் வீட்டில் நாலு வகையான மல்லிகையையும் பயிரிட்டிருந்தேன்.

எனக்கு ஆசை, கண்படும் இடம் எல்லாம் பூவாகக் குலுங்கவேண்டுமென்று. இந்த வீட்டுக்கு வந்த புதிதில் தோட்டம் போடுவதுதான் என் வேலை. இவர் கம்பெனியில் காவலாளி முனிசாமியைக் கூப்பிட்டு ஊரில் இருக்கிற செடிகளையெல்லால் வாங்கி வரச்சொல்லிவிட்டேன்.

எருவென்று வீதியில் எந்த வண்டி போனாலும் வாங்கிக் கொட்டுவேன். “அந்த எருவைத் தொட்ட கையோடு சமையல் செய்யப் புகுந்துவிடாதே” என்று இவர் பரிகாசம் செய்வார்.

முல்லை, இருவாட்சி, ஜாதி, நித்தியமல்லிகை, ஊசிமல்லிகை, குண்டுமல்லிகை என்று மல்லிகைத் திணிசுகளாக வாங்கிவைத்தேன். நர்ஸரிக்களுக்கு நேரிலே போய்ப் பூஞ்செடிகளைப் பார்த்து வாங்கி வந்தேன்.

புதிய வீட்டுக்கு வந்து ஆறு மாசம் தோட்டவேலை மும்முரமாக நடந்தது. தெரியாமலா சொன்னர்கள், ‘நட்டதெல்லாம் மரமாகுமா? பெற்றதெல்லாம் பிள்ளேயாகுமா?’ என்று? சில செடிகள் வளர்ந்தன. சில செடிகள் பட்டுப்போயின. கம்பெனி வேலைக்காரன், முனிசாமி. அவன் நினைத்தால் வருவான்; பல நாள் வராமலே இருந்துவிடுவான். இவ்வளவுக்கும் அவனுக்குத் தனியே இதற்காகப் பணம் கொடுத்தேன்.

ஆரம்பத்தில் எவ்வளவு உற்சாகம் இருந்ததோ, அது வர வரக் குறைந்தது. முதலில் கண்ட செடிகளையெல்லாம் வாங்கிக் கொண்டு வந்து வைத்தேன். எனக்குத் தெரிந்தவர்கள் மிகவும் தாராளமாகப் பல செடிகள் தந்தார்கள். ஒரு பிரயோசனமும் இல்லாத செடிகளெல்லாம் காடாக மண்டின. மல்லிகைச் செடிகள் நிதானமாகவே வளர்ந்தன. பாரிஜாத மரம் மாத்திரம் நன்றியுள்ள வேலைக்காரனைப் போல வஞ்சகமின்றிப் பூவைச் சொரிந்தது.

புது வீட்டில் தனியாகப் பூசைக்கென்று ஒரு பெரிய அலமாரி அமைக்கச் செய்தேன். விக்கிரகங்களும் படங்களுமாக அதை நிரப்பினேன். மல்லிகைச் செடிகள் சில மலர்ந்தன. ஒவ்வொரு நாளும் காலையில் பவள மல்லிகை, செம்பருத்தி, மல்லிகை, முல்லை இவற்றைப் பறித்துத் தொடுத்துப் பூசை அலமாரியில் உள்ள படங்களை அலங்கரிப்பதுதான் முக்கியமான வேலையாகப் போய்விட்டது. செவ்வந்திப்பூவும் ரோஜாப்பூவும் இருந்தால் நிறநிறமாக இருக்கும் என்று அந்தச் செடிகளை வாங்கி வைத்தேன். செவ்வந்திச் செடி காடுபோல் கிளைத்தது; பூவே பூக்கவில்லை.

ரோஜாச்செடியோ வாடவும் இல்லை; வளரவும் இல்லை; பூவும் இல்லை; மலடியாக நின்றது. செங்கமலம் இந்தச் செடிகளைப் பார்த்துக் கொஞ்சம் வியப்பை அடைந்தாள் என்றுதான் தோன்றுகிறது. அதோடு அவளுக்கு ஏமாற்றமும் உண்டாயிற்று.

"நான் இப்போதெல்லாம் ரோஜாப்பூவும் செவ்வந்திப்பூவுந்தான் வெள்ளிக்கிழமைகளில் வெளியில் வாங்குகிறேன். நீயே இனிமேல் கொண்டுவந்து கொடு. அது சரி; நான் நாராயணனைப் பார்க்கவேண்டுமே!" என்றேன்.

"வரச்சொல்லுகிறேன், அம்மா."

அந்த வெள்ளிக்கிழமை அவள் ரோஜாப்பூக் கொண்டுவந்து தந்தாள். உடனே பணம் கொடுத்தால் நல்லது என்று சொன்னாள். நான் கையில் நாலணாக் கொடுத்து அனுப்பினேன். நாராயணன் வரவில்லை.

ஒரு நாள் அவன் வந்தான். க்ஷவரம் செய்து கொண்டு எத்தனை நாளாயிற்றோ தெரியவில்லை. செங்கமலத்தைவிட அவன் இளைத்திருந்தான். இடையில் ஒரு கந்தல் துணி. "ஏண்டா இப்படி ஆகிவிட்டாய்?" என்று கேட்டேன்.

"என் தலைவிதி அம்மா. நான் கெட்டது போதாது என்று அவளையும் தொந்தரவு படுத்துகிறேன்" என்று சொல்லிக் கண்ணீர் சிந்தினான்.

"என்ன சமாசாரம்?"

“என் மாமனை நம்பிப் போய்த் தரித்திரத்தை விலைக்கு வாங்கிக் கொண்டேன். கூலிவேலை கிடைக்கிறதில்லை. குழந்தைகளுக்கு உடம்பு சரியில்லை. செங்கமலம் ஓடியாடி நாலு காசு கொண்டுவந்தால் கஞ்சி கிடைக்கிறது. எனக்கு ஏண்டா உயிரோடு இருக்கிறோம் என்று ஆகிவிட்டது. அந்தப் பெண்பிள்ளை கண் கசங்குமே என்று பார்க்கிறேன். இது பழைய பட்டணம் இல்லை அம்மா: சூதுக்காரப் பாவிகளுக்குத் தான் இங்கே செல்லுபடி ஆகும்.”

அவன் மனம் நொந்து பேசினான்.

“ஆண் பிள்ளை வீட்டில் குந்திக்கிடக்கப் பெண் பிள்ளை சம்பாதித்து எவ்வளவு நாளைக்குத் தாங்கமுடியும்? மூட்டை தூக்கியாவது பிழைக்கலாம் என்றால் அதற்கும் வக்கில்லை. என்னைக் கண்டாலே அவர்களுக்குப் பரிகாசமாக இருக்கிறது. உங்களை வந்து பார்க்கவேண்டும் என்ற ஆசைதான். ஆனால் இந்தக் கோலத்தோடு வர வெட்கமாக இருந்தது.”

என்னடா நீ இப்படிப் பேசுகிறாய்? அப்போது எல்லாம் எவ்வளவு சுறுசுறுப்பாக இருந்தாய்!

“அதெல்லாம் பழைய கதை அம்மா. வீட்டில் நானே கஞ்சி காய்ச்சுகிறேன். பெண் பிள்ளை ஆண் பிள்ளையைப் போலச் சம்பாதிக்கிறாள். ஆண் பிள்ளை பெண் பிள்ளையைப் போலக் கஞ்சி காய்ச்சுகிறேன்.”

“ஏன், செங்கமலம் சமைக்க மாட்டாளா?”

“அவள் நன்றாகச் சமைப்பாள்; நான்தான் விடுகிறதில்லை. அவள்தான் காலை நேரம் முழுவதும் எங்கே மலிவாகப் பூக்கிடைக்கிறதென்று சுற்றி வாங்கி வருகிறாளே மாலையில் பூவிற்கப் போகிறாள். வீட்டிலே பூக்கட்டுகிறது, குழந்தைகளைப் பார்த்துக்கொள்கிறது, இதெல்லாம் வேறு இருக்கிறது.”'

“சமைப்பது பெண்பிள்ளைகளுக்கு ஒரு பாரமா?”

“அதில் ஓர் இரகசியம் இருக்கிறதம்மா. அதை நான் சொல்லமாட்டேன். ஆனாலும் நீங்கள் தெய்வம் போல; உங்களிடம் சொல்லாமல் வேறு யாரிடம் சொல்லுவது? அவளுக்கு இது தெரிய வேண்டாம்.”

“என்ன அது?”

“எங்களுக்குக் கிடைக்கிறது எங்கள் இரண்டு பேருக்கும் குழந்தைகளுக்கும் சில சமயங்களில் போதுவதில்லை. உழைக்கிறவளுக்குக் கால் வயிறு கஞ்சியாவது கிடைக்காமல் போனால் எப்படி உழைக்க முடியும்? நானாவது குறைத்துக் கொள்ளலாம் என்று தோன்றியது. அவளுக்கு அது தெரியக்கூடாது. இதற்கு என்ன வழி என்று பார்த்தேன். நானே சமைக்கிறேன் என்று, அதற்குச் சில பொய்க்காரணங்களைச் சொல்லி அவளைச் சம்மதிக்கச் செய்தேன். அவள் வருவதற்கு முன் நானும் குழந்தைகளும் சாப்பிட்டுவிடுவோம். வந்ததும் அவள் தனக்கு வைத்திருப்பதைச் சாப்பிடுவாள். சில நாள் அரிசி போதுமான அளவு கிடைக்காது. அப்போது நான் சாப்பாட்டைக் குறைத்துக்கொள்வேன்; கஞ்சியை வடித்துக் குடிப்பேன்...”

எனக்கு உள்ளம் உருகியது. கண்ணில் நீர் மல்கியது.

“ஏன் உனக்கு வேலை கிடைக்கிறதில்லை?”

“அது எனக்கு எப்படித் தெரியும் அம்மா? முன் போல் என்னால் உழைக்க முடிகிறதில்லை. ஆனாலும் ஏதோ தோட்டவேலை செய்வேன்; வேறு ஏதாவது சில்லறை வேலை செய்வேன். என்னைக் கண்டால் யாருக்கும் வேலை செய்வேனென்று நம்பிக்கை உண்டாவதில்லையோ, என்னவோ? எதற்கும் முகராசி வேண்டாமா, அம்மா?”

அவனுடைய வார்த்தைகள் என்னை உருக்கி விட்டன. “இந்தா, இந்த இரண்டு ரூபாயை வைத்துக் கொள்” என்று கொடுக்கப்போனேன். அவன் வாங்கிக் கொள்ளவில்லை. “பட்டினி கிடக்க உடம்பில் வலு இருக்கிறது, அம்மா. பிச்சை வாங்க உள்ளத்தில் வலுவில்லை. எங்கேயாவது கம்பெனிகளில் காவல்காரன் வேலை கிடைத்தால் உங்கள் வீட்டு ஐயாவிடம் சொல்லி வாங்கித் தரச் சொல்லுங்கள். எனக்கு உயிரையே கொடுப்பதாகும்” என்று சொல்லிக் கண்ணைத் துடைத்துக் கொண்டே அவன் போய்விட்டான்.

நான் வைத்த ரோஜாச் செடியைப் போலல்லவா அவன் ஆகிவிட்டான்? எனக்கு அன்று இரவு தூக்கமே வரவில்லை. இவரிடம் அவன் வறுமை நிலையைச் சொல்லி ஏதாவது வேலை வாங்கித் தரும்படி சொன்னேன்.

“இப்போதெல்லாம் கண்டவர்களை வேலைக்கு வைத்து கொள்ளமாட்டார்கள். யோக்கியர்கள் கிடைப்பது அருமை. அப்படிக் கிடைத்து வேலை கொடுத்தால் மற்றவர்களோடு சேர்ந்துகொண்டு வேலை நிறுத்தம், அது, இது என்று தொல்லை கொடுக்கத் தொடங்குகிறார்கள் ” என்று சொல்லிவிட்டார். -

அந்த வெள்ளிக்கிழமை செங்கமலம் வந்தாள். அவளிடம், “ஏண்டி, நாராயணனை இங்கே வந்து இந்தச் செடிகளுக்குத் தண்ணீர் விடச் சொல்லேன்” என்றேன்.

வேறு யாரோ தோட்டவேலை செய்கிறார்களே: அவர்களை மாற்றினால் சண்டைபிடிக்க மாட்டார்களா? என்று கேட்டாள்.

“அவன் தோட்ட வேலைக்காரன் அல்ல; எங்கள் கம்பெனியிலே வேலை செய்கிறவன். அவன் சரியாகவே வருகிறதில்லை. அவனுக்குக் கொடுக்கிறதை நாராயணனுக்குக் கொடுக்கிறேன். ஒழிந்தபோது வந்து கவனித்துக்கொள்ளட்டுமே!” என்றேன்.

“ஒழிந்தபோது என்ன அம்மா? எப்போதும் ஒழிவு தான்!”

★

நாராயணன் வந்தான். செடிகளுக்குத் தண்ணீர் ஊற்றினான். அவனுக்கு அதே ஐந்து ரூபாயைக் கொடுக்க மனம் வரவில்லை. பத்து ரூபாயாகக் கொடுத்தேன். அதற்கே இவர் மிகவும் கோபித்துக்கொண்டார். “வண்டி வண்டியாகப் புழுதி மண்ணை எருவென்ற பெயரில்

பணம் கொடுத்து வாங்கிப் போட்டாய். எனக்குத் தெரிந்தும் தெரியாமலும் விலைக்குச் செடி வாங்கி வந்தாய். பூச்சட்டிகள் மூலைக்கு ஒன்றாகக் கிடக்கின்றன. அவையெல்லாம் அடிக்கடி உண்டாகும் செலவு அல்ல, போகட்டும் என்று சும்மா இருந்தேன். இப்போது என்னவென்றால், நிரந்தரச் செலவை நூறு சதவிகிதம் உயர்த்திவிட்டாய் '' என்று வியாபார தோரணையில் கடிந்து கொண்டார்.

"பாவம்! ஓர் ஏழை பிழைத்துப் போகட்டும்" என்றேன்.

"நீ தோட்டம் போடுகிறாயா? அன்ன சத்திரம் கட்டுகிறாயா? மாசம் பத்து ரூபாயில் ஒரு குடும்பத்தைக் காப்பாற்றிவிடலாம் என்று நம்புகிறாயா!"

இவருக்கு நான் என்ன பதில் சொல்வேன்? எப்படியோ கெஞ்சிக் கூத்தாடி நாராயணனை வேலைக்கு வைத்துக்கொண்டேன். மாசம் பத்து ரூபாய் கொடுத்தேன். அப்படியும் அவனுக்கு விடியவில்லை. செங்கமலம் கருத்தரித்துக் குறையாகப் பிரசவித்து, ஆஸ்பத்திரியில் கிடந்தாள். இருபது ரூபாய் இவருக்குத் தெரியாமல் நாராயணனுக்குக் கடன் கொடுத்தேன். அவன் வறுமை விடியா இரவாகவே இருந்தது. எனக்குப் பரிதாபமாக இருந்தது. ஆனால் அதை மாற்ற நான் யார்?

நாராயணன் வஞ்சகம் இல்லாமல் வேலை செய்தான். பூச்செடிகளை நன்றாகப் பாதுகாத்தான். புதிய செடிகளை வைத்தான்.

எனக்கு ஒரு நாள் ஒரு யோசனை தோன்றியது. பணமாக நமக்குக் கொடுக்க முடியாது. வேறு வகையில் அவனுக்கு

உதவி செய்தால் என்ன என்று எண்ணினேன். எங்கள் வீட்டில் கிடைக்கிற பூவில் கொஞ்சம் செங்கமலத்துக்கு இனாமாகக் கொடுத்தால், அவள் அதைக் கட்டி விற்று ஏதோ கொஞ்சம் லாபம் அடைவாளே என்று எண்ணினேன். ஒரு நாள் ஒரு சிறு வட்டிலில் பூவை எடுத்து அவனிடம் கொடுத்து, என் கருத்தைச் சொன்னேன்.

"அம்மா, என்னை மன்னிக்க வேண்டும். உங்கள் தெய்வத்தை வஞ்சித்து எங்களுக்குத் தர்மம் செய்ய வேண்டாம். இப்படிச் செய்தால் நாளைக்கு என் மனசில் சபலம் தட்டும். உங்களுக்குத் தெரியாமல் பூவை விற்கும் ஆசை உண்டாகலாம்."

"என்ன அப்படிச் சொல்கிறாய்? உன்னிடத்தில் எனக்குப் பரிபூரண நம்பிக்கை உண்டு."

"நீங்கள் எனக்கு வேலை கொடுத்ததே போதும் அம்மா, இந்தத் தானம் வேண்டாம்" என்று சொல்லிவிட்டான். அவனுடைய உள்ளக்கிடக்கை எனக்கு விளங்கவே இல்லை.

ஒரு நாள் மத்தியான்ன வேளையில் செங்கமலம் வந்தாள். "எங்கே இந்த நேரத்தில் வந்தாய்" என்று கேட்டேன். "எங்கள் தெய்வத்தைப் பார்க்க வந்தேன்" என்றாள்.

"என்னடி இது, தோத்திரம் செய்யப் புறப்பட்டு விட்டாய்?" என்று சிரித்துக்கொண்டே கேட்டேன்.

“ருசி கண்ட பூனை என்னவோ செய்யும் என்று சொல்வார்களே; அப்படி இருக்கிறதம்மா எங்கள் நிலை. நீங்கள் பூவைக் கொடுத்துக் கட்டி விற்கச் சொன்னீர்களாம்.”

“ஆமாம். அவனுக்கு எத்தனை ஆணவம் வேண்டாம் என்று சொல்லிவிட்டானே!”

பொய்க் கோபத்தோடு பேசினேன்.

“எங்களைப் பிச்சைக்காரர்கள் ஆக்கிப் பிச்சை போட உங்களுக்கு ஆசையா அம்மா? உழைப்பாளியாக்கி ஊதியம் பெறச் செய்தீர்கள். அப்படியே இருக்கிறதைத்தான் அவர் விரும்புகிறார்.”

“நீ நன்றாகப் பேசுகிறாயே!”

“நான் வந்த காரியத்தைச் சொல்கிறேன்; நீங்கள் தவறாக நினைக்கக்கூடாது.”

“முகவுரை போதும்; காரியத்தைச் சொல்.”

“இந்த வீட்டில் இன்னும் நிறையப் பூச்செடிகளை வைத்து நன்றாப் பாடுபட்டால் அழகான பூந்தோட்டமாக்கிவிடலாம் என்கிறார் அவர்.”

“செய்யட்டுமே!”

“நாள் முழுவதும் உழைத்தால்தான் அப்படிச் செய்ய முடியும். விடாமல் உழைத்தால் அதற்குப் பயன் உண்டு.”

“உழைக்கட்டுமே!”

“பத்து ரூபாய்க்கு நாள் முழுவதும் உழைக்க முடியுமா?” என்று சொல்லி அவள் சிரித்தாள்.

“ஏது? சம்பளம், கணக்கு எல்லாம் பார்க்கிற நிலைக்கு வந்துவிட்டாயா?” என்று முகத்தைச் சுளித்துக் கொண்டே சொன்னேன்; 'நன்றியில்லாத ஜென்மங்கள்' என்று என் உள்ளே ஒரு குரல் எழுந்தது.

“ஐம்பது ரூபாய் தந்தால் உழைக்கலாம்.”

செங்கமலந்தான் பேசினாள்.

“என்ன!” எனக்குத் தூக்கி வாரிப்போட்டது. அஞ்சு ரூபாயைப் பத்து ரூபாயாக்க இவரிடம் நான் கெஞ்சியது கடவுளுக்கல்லவா தெரியும்?

செங்கமலம் கலகலவென்று சிரித்தாள். அவளிடம் அந்தச் சிரிப்பைப் பார்த்து எவ்வளவோ காலம் ஆகிவிட்டது. ஆனாலும் எனக்குக் கோபம் தாங்கவில்லை.

“என்னடி இது நாடகம்?”

செங்கமலம் கையைக் குவித்துக் கும்பிட்டாள்; “பெற்ற தாயிடத்தில் பேரம் பேசின என் நாக்கை அறுத்துவிடுங்கள், அம்மா. விளையாட்டுக்குச் சொன்னேன். நாங்கள் இருவரும் ஒரு யோசனை பண்ணினோம். உங்களிடம் இந்தப் பத்து ரூபாயைக்கூட

வாங்காமல் உழைக்க வேண்டும் என்ற முடிவுக்கு வந்தோம்.''

'ஐம்பது ரூபாய் சம்பளம் கேட்டவள் இப்போது பத்து ரூபாய்கூட வேண்டாம் என்கிறாளே! இது என்ன சாலக்கு?' நான் விழித்தேன்,

''என்னைப் பெற்ற தாய் நீங்கள்; தெளிவாகச் சொல்கிறேன். இங்கே இன்னும் பல செடிகளை வைத்துத் தோட்டத்தை விருத்தி பண்ண அவர் ஆசைப்படுகிறார்.

ரோஜா, செவ்வந்தி எல்லாம் வைத்து எருவிட்டுப் பயிரிட்டால் நல்ல பலன் கிடைக்கும். உங்களுக்கும் உங்கள் பூசைக்கும் வேண்டிய பூக்களை ஏராளமாகக் கொடுத்துப் பாக்கியுள்ளதை நாங்கள் உபயோகப் படுத்திக்கொள்ளலாம். அதனால் எங்கள் குடும்பம் பிழைக்கும். உங்களுக்கும் விற்கிறதில் ஒரு பங்கு கொடுக்கலாம் என்று அவர் சொல்கிறார்.''

யோசனை மிகவும் நன்றாக இருந்தது. "போடி, பைத்தியக்காரி எனக்குப் பங்கு வேண்டாம். தோட்டமும் நீங்களும் நன்றாக இருந்தால் போதும். எருவுக்குப் பணம் தருகிறேன்.''

★

மேலே புதிய ஏற்பாடு செயலுக்கு வந்தது. செங்கமலமும் உழைத்தாள், நாராயணனும் உழைத்தான்.

இப்போது ஆறு மாதங்கள் ஆகிவிட்டன. எங்கள் வீட்டுக்கு வந்து பாருங்கள். எங்கே பார்த்தாலும் மலர்கள்; நாராயணன் உழைப்பின் விளைவு அது. ரோஜாப்பூவைப் பார்ப்பேனா என்று ஏங்கின நான் தினந்தோறும் முருகனுக்கு ரோஜாப்பூ மாலை சாத்து கிறேன்.

புதிய ஒப்பந்தத்தின்படி வேலை தொடங்கிய பிறகு வாங்கின எருவுக்குக் கணக்கு வைத்துக்கொண்டு, "இந்தப் பணத்தையாவது நீங்கள் வாங்கிக்கொள்ளத் தான் வேண்டும்" என்று நாராயணன் மன்றாடுகிறான்.

எங்கள் வீட்டுத் தோட்டம் மாத்திரமா அழகு பெற்று விளங்குகிறது? செங்கமலம் புதிய பொலிவுடன் விளங்குகிறாள். நாராயணன் பழைய பிச்சைக்கார வேஷத்தோடா இருக்கிறான்?

ஒரு நாள் இவர் அவனோடு பேசுவதை நான் கேட்டேன். "ஏண்டா, உன் பெண்டாட்டியை எந்த ஆஸ்பத்திரியில் சேர்க்கப்போகிறாய்?" என்றார் இவர்.

"நீங்கள் சொல்லுங்கள்; அங்கே சேர்த்து விடுகிறேன்."

"பெண் வேண்டுமா, பிள்ளை வேண்டுமா?'" என்றார் இவர்.

"பெண் தான் பிறக்கும் சாமி, அந்தப் பெண்ணுக்குப் பெயர்கூடத் தயாராக இருக்கிறது."

"என்ன பெயர்?"

“நம் வீட்டு அம்மா பெயர்தான் சாமி!”

எனக்கு உள்ளத்துக்குள்ளே ஒரு கிளுகிளுப்பு!

12. ஒட்டுறவு

"இன்னிக்கு மாலை மூணு மணிக்கு மீட்டிங் இருக்குதுன்னு ரமணியம்மா சொல்லச் சொன்னாங்க" என்று ஆயா வள்ளி சொன்னாள்.

"நான் எங்கேதான் போகிறதென்று தெரியவில்லை. இதோ பத்து மணிக்கு மகாநாட்டுக் காரியக்கமிட்டிக்குப் போக வேண்டும். பன்னிரண்டு மணிக்கு மகளிர் சபையின் கூட்டத்துக்கு அஸ்திவாரக் கல் நாட்ட முதல் அமைச்சர் வருகிறார். அங்கே போய்த் தலை காட்ட வேண்டும். மூன்று மணிக்குக் கண்காட்சிக் கமிட்டிக் கூட்டம்; அதைத்தான் அந்த அம்மாள் சொல்லியிருக்கிறாள். சரியாக ஐந்து மணிக்குக் காட்டு மாளிகையில் விருந்து. அங்கே முக்கியமானவர்கள் வருகிறார்கள். நான் அரை மணி பேச வேறு வேண்டும். ஏழு மணிக்குக் குழந்தைப் படக் காட்சியைப் பார்த்து என் கருத்தைச் சொல்ல வேண்டும்."

"ராத்திரி பத்து மணிக்கு இன்று என்னவோ முக்கியமான வேலை இருக்கிறதென்று சொன்னீர்களே!" என்று அப்போது அங்கே வந்து நின்ற சமையற்கார அம்மாள் நினைவூட்டினாள்.

"ஆமாம், ஆமாம்; எதற்குப் போனாலும் போகா விட்டாலும் அதற்குத்தான் அவசியம் போக வேண்டும். குழந்தை வளர்ப்பைப் பற்றி ஒரு பெரிய புத்தகம் வெளியிட எங்கள் அன்னைமார் சங்கம் தீர்மானித்திருக்கிறது. நிதானமாக இருந்து ஆராய்ந்து

இன்னார் இன்ன பகுதியைப் பற்றி எழுதுவது என்று தீர்மானமாக வேண்டும். அதற்கு...”

இதைச் சொல்லிக் கொண்டிருக்கும் போதே ஒரு குழந்தை அழுது கொண்டே வந்தது. நளினிக்கு அதைக் கண்டவுடன் கோபம் வந்துவிட்டது. “எப்போதும் அழுகைதானா? ஏ வள்ளி, உனக்குக் குழந்தையைச் சமாதானப் படுத்தவே தெரியவில்லை. இங்கே வாடா ராஜா!” என்று அழைத்தாள்.

“நான் மாத்தேன் போ! எனக்கு அந்தக் கத்தி வேணும். ஆயாவைக் கேக்கறேன். நீ போ” என்று ஆயா வள்ளியிடம் ஓடி ஓவென்று கத்தியது. குழந்தைக்கு நாலு வயசு இருக்கும். மழலைச் சொல்லிலே பேசியது.

“என்ன அம்மா பண்ணுவேன்? எங்க வூட்டுப் புள்ளை அன்னிக்கு இங்கே வந்தபோது ஒரு கத்தியைக் கொண்டாந்தான். அதைப் பார்த்ததிலேருந்து அது வேணுமுன்னு கத்துது கொளந்தை. வேறு ஏதாவது வாங்கித் தரேன்னாலும் கேக்கமாட்டேனுங்குது.”

“சரி சரி; எப்படியாவது சமாதானம் செய்துகொள். எனக்கு நேரம் ஆகிறது... என்ன, சாப்பாடு தயாரா?” என்று கூவினாள் நளினி.

“ஓ! அரை மணிக்கு முன்பே தயார்” என்று உள்ளிருந்து குரல் வந்தது.

நளினி சாப்பிட உட்கார்ந்தாள். அவசர அவசரமாகச் சோற்றை வாயிலே போட்டுக் கொண்டாள். நடு நடுவே

பேசினாள். "இந்தா, அவர் வந்தால், இன்று முழுவதும் கார் எனக்கு வேண்டும் என்று சொல், அவரை டாக்ஸி எடுத்துக்கொண்டு போகச் சொல். இப்போது அவர் எங்கே போயிருக்கிறார், தெரியுமோ?"

"என்னிடம் சொல்லவில்லையே அம்மா!" என்றாள் சமையற்காரி.

"யாரிடந்தான் சொல்கிறார்? அவருக்கு எத்தனையோ சிநேகிதர்கள். சரி, அவர் வந்தால் எனக்காகக் காத்திருக்க வேண்டாம், ராத்திரி நேரம் கழித்தே வருவேன் என்று சொல்லிவிடு" என்று படபடவென்று வார்த்தைகளைப் பொழிந்து தள்ளினாள். சாப்பிட்டுவிட்டு அவள் காரில் ஏறிப்புறப்பட்ட பிறகு புயல் ஓய்ந்து அமைதி உண்டானது போல இருந்தது.

ஸ்ரீமதி நளினி நாராயணன் பொதுத் தொண்டில் ஈடுபட்ட நாகரிக நங்கையரில் ஒருத்தி. அவள் பிறந்தகத்துச் செல்வி. புக்ககமும் மோசம் இல்லை. அழகான பங்களா, கார், மற்ற வசதிகள், ஒரே குழந்தை இப்போதைக்கு நாராயணன் ஒரு கம்பெனியில் மானேஜர் நளினி எத்தனையோ சங்கங்களில் வெவ்வேறு உத்தியோகம் வகித்து வந்தாள். எல்லாம் கௌரவ கைங்கரியங்கள். அன்னைமார் சங்கத்தில் அவள் காரியதரிசி. தோழியர் சபையில் அவள் தலைவி. மகளிர் முன்னேற்ற நிலையத்தில் அவள் புரவலர். குழந்தைப் பாதுகாப்பு மன்றத்தில் அவள் துணைத் தலைவி—இத்யாதி. இருபத்தைந்து வயசில் இத்தனை பொறுப்பை வகிப்பதென்றால் எவ்வளவு சாமர்த்தியம் இருக்கவேண்டும்! எந்தக் காரியத்திலும் நான் என்று முன்வந்து நிற்கும் துணிவுடையவள் அவள்.

வீட்டில் சமையற்காரி, குழந்தையைக் கவனிக்க ஆயா, வேலைக்காரன், தோட்டக்காரன், வேறு வேலைக்காரிகள் ஆகிய சிப்பந்திகளுக்குக் குறைவே இல்லை. அவளுடன் ஹைஸ்கூலில் படித்த தமயந்தி இரண்டு தெரு விட்டு ஒரு வீட்டில் இருக்கிறாள். அவளுடைய கணவர் ஏதோ ஒரு பள்ளிக்கூடத்தில் வாத்தியார்.

அவளைத் தனக்குக் காரியதரிசியைப் போல வைத்துக் கொண்டிருந்தாள். ஏதோ அவ்வப்போது பொருளுதவி செய்து வருவாள். அவளும் தோழியாகையால் நளினிக்கு உதவியாக இருந்துவந்தாள்.

குழந்தை மோகன் எப்போதும் ஆயாவின் பராமரிப்பில்தான் இருந்துவந்தான். அவனைக் குளிப்பாட்டுவது, சோறு ஊட்டுவது, விளையாட்டுக் காட்டுவது, வெளியே அழைத்துச் செல்வது - எல்லாம் வள்ளியின் வேலை. ஓர் அம்மாள் காலையில் அரை மணியும் மாலையில் அரை மணியும் வந்து அவனுக்குப் பொம்மை, படங்களையெல்லாம் காட்டி, "கழுதை, பூனை" என்று பாடம் சொல்லிக் கொடுத்துப் போவாள்.

நளினி புறப்பட்டுப் போன சிறிது நேரத்துக்கெல்லாம் தமயந்தி வந்தாள். நளினியின் பொதுத் தொண்டு சம்பந்தமான அலுவல்களைக் கவனிக்கத் தனி அறை ஒன்று அங்கே உண்டு. பல பைல்களும் புத்தகங்களும் வருவாரை வரவேற்க நாற்காலிகளும் உள்ள இடம் அது, தமயந்தி அங்கே போய்க் கவனிக்க வேண்டிய கடிதங்களைப் பார்த்தாள். சமையற்காரி வந்தாள்: "இன்று ராத்திரி பத்து மணிக்கு ஏதோ மீட்டிங்காமே! அதில் அம்மாள் பேச ஏதோ குறிப்பு வேண்டுமாம். நேற்று

உங்களிடம் சொல்ல மறந்து விட்டார்களாம். உங்களைக் குறித்துவைக்கச் சொன்னார்கள்” என்றாள்.

“சரி, பார்க்கிறேன்” என்று சொல்லி நாற்காலியில் அமர்ந்தாள் தமயந்தி.

டெலிபோன் ஒலித்தது. “ஹலோ, நான் தான் தமயந்தி... கொஞ்சம் வேலை இருந்தது. சரி, சரி. சொன்னாள்... பார்க்கிறேன்... குழந்தைக்கு உடம்பு சரி இல்லை. இருக்கிறாள்... அம்மாதான் பார்த்துக் கொள்கிறாள்... கொஞ்சம் கஷ்டம். பார்க்கிறேன்” என்று பதில் சொன்னுள் தமயந்தி.

நளினிதான் எங்கிருந்தோ டெலிபோன் பண்ணினாள். தமயந்தி தாமதமாக வந்ததைப் பற்றிக் கேட்டாள். தமயந்தி தன் குழந்தைக்கு உடம்பு சரியில்லை என்றும், தன் அம்மா கவனித்துக் கொள்வதாகவும் சொன்னாள். இரவு பத்து மணிக் கூட்டத்துக்குத் தன்னுடன் வர வேண்டுமென்று நளினி சொன்னாள். கொஞ்சம் கஷ்டம் என்று தமயந்தி கூறினாள்.

தமயந்தி தன் வேலையைக் கவனிக்கப் புகுந்தாள். அப்போது ஆயா வள்ளி வந்தாள்; “தமயந்தி அம்மா, உனக்குப் புண்ணியமாப் போவுது. இந்தப் புள்ளைக்கு வேறே ஆயாவைப் பாக்கச் சொல்லம்மா. நம்மாலே முடியாது. எப்பப் பாத்தாலும் ஆயா ஆயான்னு தொணதொணக்குது. எங்க வூட்டுல்லே எம் மவ வந்திருக்குது. ரெண்டு கொளந்தைங்களோடே வந்திருக்கிறா. ஒரு மாசம் இருந்துட்டுப் போன்னு சொன்னேன். அந்தக் கொளந்தைங்களோடே போது போக்கலாமின்னா, நேரமில்லை” என்று முறையிட்டாள்.

"யாருக்குத்தான் இருக்கிறது? அதோ என் குழந்தை கண்ணைத் திறக்காமல் காய்ச்சலாய்ப் படுத்திருக்கிறது. என்னுடைய அம்மாள் இருந்தாளோ, பிழைத்தேனே? ரோஜாப்பூ வாடிக் கன்றிப் போகிறது போலக் குழந்தை வாடுகிறது. நான் பாவி! அதைக் கவனிக்க முடிகிறதில்லை. பழகின தோஷம்; இவளையும் விட முடிகிறதில்லை!"

"வூட்டுக்கு வூடு வாசப்படிதான் அம்மா! நான் இப்ப ஆட்டுக்குப் போகணும். இந்தக் கொளந்தை வுட மாட்டேங்குது. இதைப் பாத்தாலும் பாவமா இருக்குது. ஒரு ரோசனை சொல்றேன். அம்மாவிடம் சொல்றயா அம்மா?"

"என்ன அது?"

"இந்தக் கொளந்தையையும் எங்க வூட்டுக்கு எடுத்துக்கிட்டுப் போறேன். சாக்கிரதையாப் பாத்துக்கறேன். இதுன் கண்ணைக் கசக்கினாலும் மனசு பொறுக்க மாட்டேங்குது. இருபத்து நாலு மணி நேரமும் இங்கேயே இருக்க முடியுமாம்மா?"

"அம்மாவைக் கேட்காமல் ஒன்றும் செய்யக்கூடாது. நீ கேட்டுப் பாரேன்."

"எனக்குக் கேட்கப் பயமாய் இருக்குது. பேசறத்துக்கு அம்மாவுக்கு நேரம் ஏது? நீ பொறுமைசாலி. அவங்க மனசுபோலப் போறே. அதனாலே தான் உன் கிட்டச் சொல்றேன். கொளந்தைக்குச் சாப்பாடு போட்டுட்டுத் தூங்கவச்சிட்டுப் போறேன். நடுவிலே வந்து பாத்து

எளுந்திரிச்சுட்டா அளைச்சுக்கிட்டுப் போறேன். வண்டி, பொம்மை எல்லாம் கொண்டு போய் வெளையாட்டுக் காட்டறேன். என் மவ கொளந்தைங்களும் இருக்குது. கூட வெளையாடலாம்.''

''சொல்லிப் பார்க்கிறேன்'' என்று தமயந்தி சொன்னாள்.

இதற்கு முதலில் நளினி ஒப்புக்கொள்ளவில்லை; ''நாகரிகம் இல்லாத ஜனங்களோடு பழகவிடக்கூடாது'' என்று மறுத்தாள். ஆனால் வள்ளி சத்தியாக்கிரகம் செய்வாள் போல இருந்தது: ''என்னை அனுப்பிச்சுடுங்க அம்மா. ஒங்களுக்குத் தக்கின ஆளைப் பாத்துக்குங்க'' என்றாள்.

வள்ளிக்குக் கை சுத்தம், வாய் சுத்தம். இது நளினிக்கு நன்றாகத் தெரியும். அப்படி ஓர் ஆள் கிடைக்கிறது மிகவும் அரிது என்பதும் தெரியும். புதிய ஆளைக் கூட்டிவந்து அவளைக் காவல் காப்பதென்றால் நடக்கிற காரியமா? ஆகவே ஒருவிதமாக வள்ளிக்கு இணங்கினாள்: "இந்தா, இதுதான் சாக்கென்று நீ வீட்டிலேயே இருந்துவிடாதே குழந்தைக்கு அங்கே ஒன்றும் கொடுத்துவிடாதே'' உடம்புக்கு வந்துவிடும். எப்போதாவது அவசியமாக நீ போகவேண்டுமானல் போ. அப்போது இவன் வருவான் என்று பிடிவாதம் பிடித்தால் அழைத்துக்கொண்டு போ. இல்லையானால் வேண்டாம். சமையல்கார அம்மாளிடம் சொல்லிப் பார்த்துக் கொள்ளும்படி சொல்கிறேன். அவள் பார்த்துக் கொள்வாள். என்ன, நான் சொல்கிறது. தெரிகிறதா?''

''சரி அம்மா!''

குழந்தை மோகன் ஆயாவிடம் ஒட்டிக் கொண்டவன். கதை சொல்லிப் பாட்டுச் சொல்லிக் கன்னத்தில் முத்தமிட்டுச் சோறூட்டிப் படுக்கவைத்துத் தாலாட்டுப் பாடி வளர்க்கிறவள் அவள். அம்மா என்று நளினி பேருக்குத்தான் இருந்தாள். எப்போதாவது, "என் ராஜா இங்கே வா!" என்பாள். அநேகமாக ராத்திரி வேளைகளில் சமையல்காரி பக்கத்திலேதான் அவன் தூங்குவான். இப்போது வள்ளியின் வீட்டுக்கு அவன் போனான். அங்கே உள்ள குழந்தைகளோடு விளையாடினான். அதனால் வள்ளியின் பிணைப்புப் பின்னும் இறுகலாயிற்று.

நாராயணன் இப்போதெல்லாம் மாசத்தில் பாதி நாள் சுற்றுப் பிரயாணத்தில் இருந்தார். இன்று டில்லி, நாளை கல்கத்தா, மறுநாள் லண்டன்—இப்படி அவர் விமானத்தில் பறந்தார். நளினியோ காரில் பறந்தாள். அன்னைமார் சங்கத்துக் கூட்டத்தில் நளினி குழந்தை வளர்ப்பைப் பற்றிய புத்தகத்தில் முக்கியமான பகுதியை எழுதவேண்டுமென்று தீர்மானமாயிற்று. அதற்காக அவள் புத்தக சாலைகளை நாடிச் சென்று புத்தகங்களைக் கொண்டு வந்தாள். தமயந்தியைக் குறிப்புகளை எடுக்கச் சொல்லியிருந்தாள். பாவம் தானே அந்தப் பகுதியை எழுதி முடிக்க வேண்டியிருக்கும் என்பதைத் தமயந்தி நன்கு அறிவாள்.

★

ஒரு நாள் நளினிக்குச் சிறிது உடம்பு சரி இல்லை. அன்று வீட்டில் தங்கினாள். தமயந்தியைத் தன்னுடன் இருக்கும்படி சொன்னாள். அவள் படுத்திருந்த அறைக்கு

வெளியே குழந்தை மோகன் விளையாடிக் கொண்டிருந்தான்.

"நளினி தமயந்தியிடம், நீ என்ன குறிப்புக்கள் எடுத்திருக்கிறாய்?" என்று கேட்டாள்.

"தாய்க்கும் குழந்தைக்கும் உள்ள ஒட்டுறவைப் பற்றிப் புதியதாக ஒரு புத்தகம் வந்திருக்கிறது. அதைப் படித்துக் குறிப்பெடுத்துக் கொண்டிருக்கிறேன். உணவு, உடை, வசதி ஆகிய எல்லாவற்றையும் விட அன்புதான் இந்த உறவில் முக்கியம் என்று ஆசிரியர் எழுதியிருக்கிறார்."

"சரி, சரி. நல்ல கருத்துக்களாகத் தொகுத்து வை, என்னுடைய கட்டுரை நல்ல பெயர் எடுக்கவேண்டும்; தெரிந்ததா?"

"புத்தகம் படிக்கப் படிக்கச் சுவையாக இருக்கிறது."

'என்ன அப்படிப் பிரமாதமான சுவை"

"ஆசிரியர் தம் அநுபவத்தில் கண்ட உதாரணங்கள் பலவற்றை எடுத்துக் காட்டியிருக்கிறார். குழந்தைகளைப் புறக்கணிப்பதால் வரும் தீங்கைக் காட்ட எத்தனையோ பேருடைய வாழ்க்கையிலிருந்து சம்பவங்களை எடுத்துக் காட்டியிருக்கிறார்."

அப்போது குழந்தை வெளியிலே எதையோ போட்டு உடைத்தது. "மோகன், மோகன், வேண்டாண்டா! நான் இட்டுக்கிட்டுப் போறேன். அம்மா இருக்கிறாங்களே, நீ

சமத்தா விளையாடுன்னுதானே சொன்னேன்?" இது வள்ளியின் குரல்.

"நான் மாத்தேன் போ: எனக்கு அம்மா வேணாம்: போ. ஆயா வூட்டுக்குத்தான் வருவேன். சங்கனோடே தான் வெளையாடுவேன்."

"ராஜா, நான் இட்டுக்கிட்டுப் போறேன். இப்ப நீ அம்மாவோடே இரு. நான் மார்க்கெட்டுக்குப் போகவேணும். நான் வூட்டுக்குப் போறபோது நீ வரலாம்."

"நான் மார்க்கத்துக்கு வரேன். ஊ ஊம்."

"மோகன், நீ நல்ல புள்ளை இல்லையா? அம்மா கோவிச்சுப்பாங்க. உன்னை அங்கெல்லாம் அழைச்சிட் போப்படாது."

"அம்மா கோவிச்சுக்கட்டுமே; எனக்கு என்ன பயம்?"

"அப்பறம் உன்னை எங்கேயும் அனுப்பமாட்டாங்க."

"நான் ஆயா வூட்டுக்கு ஓடி வந்துடறேன்."

உள்ளே நளினி சொல்லிக் கொண்டிருந்தாள்: "தாயின் நேர்ப் பராமரிப்பு இல்லாத குழந்தை அன்புக்காக ஏங்கிப்போகும். பிடிவாத குணம் உடையதாக இருக்கும். வேறு யாரிடமாவது அன்பு வைக்கப் பார்க்கும். இப்படியும் எழுதியிருக்கிறார்."

ஒரு காதில் குழந்தை மோகன் பேச்சு விழுந்தது. நடு நடுவே நளினியின் பேச்சும் விழுந்தது. "கொஞ்சம் இரு" என்று நளினியைக் கையமர்த்தி மோகன் பேச்சைக் கவனித்தாள். சிது நேரத்துக்குப் பிறகு, "வள்ளி!" என்று கூப்பிட்டாள்.

"இதோ வருகிறேன்" என்று அவள் வந்தாள்.

"மோகன் எங்கே?"

"அப்பா, மோகன், அம்மா கூப்பிட்ருங்க, பாரு."

குழந்தை மெல்ல வந்தான். நளினி, "ராஜா, இங்கே வா" என்றாள்.

"மாத்தேன். நான் வெளையாடப் போகணும்" என்றான் குழந்தை.

"இங்கேயே விளையாடேன். பொம்மைகளை வைத்துக்கொண்டு விளையாடு. புதுப்பொம்மைகளை வாங்கிக்கொண்டு வருகிறேன்."

"சங்கனோடதான் வெளையாடுவேன். பொம்மை பேசாது."

அதற்குள் டெலிபோன் மணி அடித்தது, டாக்டர் பேசினர். தமயந்தி பதில் சொன்னாள்; "ஜுரம் இல்லை. வெறும் அசதிதான். சொல்லிப் பார்க்கிறேன். நமஸ்காரம்" என்று சொல்லிச் சிரித்தாள்; "உன்னை நன்றாக

ஓய்வெடுத்துக்கொள்ளச் சொல்கிறார். மருந்தே வேண்டாமாம். ஓய்வுதான் மருந்தாம்" என்றாள்.

அதற்குள் மற்றொரு முறை டெலிபோன் அலறியது.

"ஹல்லோ! நளினியா?"

"நளினி வீடுதான்: நான் தமயந்தி."

"நளினி இல்லையா?"

"உடம்பு கொஞ்சம் சரியில்லை."

"என்ன உடம்பு?"

"அசதி!"

"இவ்வளவுதானே? நளினியைப் பேசச் சொல்லுங்கள். ஒரு முக்கியமான சமாசாரம்.

"என்னிடமே சொல்லலாம்."

"மன்னிக்கவேண்டும். அம்மாளையே கூப்பிடுங்கள்."

"உன்னையே கூப்பிடுகிறாள்."

நளினி பேசினாள். மறு நாளுக்கு மறுநாள் டெல்லியிலிருந்து மகளிர் முன்னேற்றச் சங்கத் தலைமை அலுவலகத்தின் தலைவி வருகிறாளாம். அவளை

வரவேற்க வேண்டுமாம். பரதநாட்டியம் பார்க்க வேண்டுமென்று அந்தத் தலைவி ஆசைப்படுகிறாளாம். அதற்கு ஏற்பாடு செய்யவேண்டும். நளினியால்தான் அது முடியும்.

அதைக் கேட்டவுடனே நளினிக்கு உற்சாகம் வந்துவிட்டது. எல்லாவற்றையும் மறந்தாள். லண்டனில் இந்தியத் தூதுவராக இருந்த அம்மாள் அவள், அவளுக்குப் பரதநாட்டியம் பார்க்க வேண்டுமென்று ஆசையிருந்தால் அதற்கு ஏற்பாடு செய்வது எவ்வளவு, பெரிய காரியம்! "தமயந்தி, எங்கே, அந்த மருந்தை எடு; குடிக்கிறேன். எனக்கு ஜுரம் இல்லை. உடம்பு வலிதான் இருக்கிறது. அது ஒன்றும் பிரமாதம் இல்லை. மகளிர் சங்கத் தலைவி டெல்லியிலிருந்து வருகிறாளாம். பரதநாட்டியத்துக்கு ஏற்பாடு செய்யவேண்டும். கானலதாவுக்குச் சொல்லியனுப்பலாமா? நாமே போய்ப் பார்த்துவிட்டு வரலாமா?"

"உனக்கு உடம்பு சரியில்லையே!"

"என்ன உடம்பு எனக்கு? சும்மா உடம்பு, உடம்பு என்று சொல்லிக்கொண்டிருந்தால் ஒன்றும் நடக்காது. இதோ அவருக்குப் போன் பண்ணுகிறேன், காரை அனுப்பச் சொல்லி. இதற்குத்தான் இரண்டு கார் வேணுமென்கிறது. அவருக்கு அது தெரிவதில்லை. முக்கால் வாசி நான்தான் ஊரில் இருக்கிறதே இல்லையே என்கிறார். எனக்கு எப்போது வேண்டுமோ, அப்போது கிடைக்கிறதில்லை...வெந்நீர் தயாராக இருக்கிறதா?. டாக்டர் ரசஞ்சாதம் சாப்பிடலாம் என்று சொன்னார் அல்லவா?...சரி, சரி, வள்ளி, இவனை அழாமல் பார்த்துக்கொள்...உங்கள் வீட்டுக்குக் கூட்டிக்கொண்டு

போய்விட்டு உடனே அழைத்துக்கொண்டு வந்துவிடு... போ ராஜா சமத்தாய் இரு அம்மாவோடே நீ வரலாம். சமத்தாய் நடந்துகொள்...கானலதா எங்கே இருக்கிறாள், தெரியுமா?... திருவல்லிக்கேணியில் என்னவோ தெரு என்று சொன்னாளே... மைதிலிக்குப் போன் பண்ணிக்கேள்; அவளுக்குத் தெரியும்...இந்தா, அந்தப் பைலைப் பார்த்தால் தெரியுமே!... சரி, சரி, அதை யார் புரட்டிக் கொண்டிருப்பார்கள்? மைதிலியையே கேள். அவள் எதற்காக என்று கேட்பாள். விஷயத்தைச் சொல்லாதே... என்ன, தெரிகிறதா?

சட்டென்று எழுந்திருந்தாள். வெந்நீரில், குளித்தாள். ஏதோ சிறிது உணவு கொண்டாள். புறப்பட்டுவிட்டாள், தமயந்தியையும் அழைத்துக் கொண்டு.

★

குழந்தை மோகனுக்கு ஜுரம். உடம்பு மழுவாய்க் கொதிக்கிறது. ஆயா வள்ளி தன் மடியில் கிடத்தியிருக்கிறாள். நாராயணன் அன்று ஊரில் இருக்கிறார். அலுவலகம் போகவில்லை. அவர் முகத்தில் ஈயாடவில்லை.

டாக்டர் இப்போதுதான் வந்து இஞ்செக்சன் போட்டுவிட்டுப் போயிருக்கிறார். "அதிகமாகக் கூட்டம் வேண்டாம். குழந்தைக்கு யார் பிரியமோ அவர்மட்டும் அருகில் இருக்கட்டும்" என்று சொல்லிப் போனார்.

நளினியும் இப்போது வாட்டமுற்றிருக்கிறாள். "என் ராஜா, என் ராஜா". என்று புலம்பத் தெரிகிறதே ஒழியக் குழந்தைக்கு என்ன செய்தால் அநுகூலம் என்று

தெரியவில்லை. தன் மடியில் வைத்துக் கொண்டிருக்க வேண்டும் என்று ஆசைப்பட்டாள். அவனே ஆயாவிடந்தான் இருக்க வேண்டுமென்று கத்தினான். அவனைப் படுக்கையில் விட்டு விட்டு வள்ளியம்மாள் அருகில் நின்றாள். நளினி குழந்தையின் அருகில் அமர்ந்துகொண்டு மெல்ல வருடத் தொடங்கினாள். குழந்தை மயக்கமாகக் கண்ணை மூடிக்கொண்டிருந்தான். நளினி மெல்லக் குழந்தையை அணைத்துக்கொண்டாள். அவளுக்கு அப்போது சொல்ல முடியாத இன்பம் உண்டாயிற்று; அடுத்தபடி எதையோ நினைத்துக் கொண்டு அழுகை பொத்துக்கொண்டு வந்தது.

குழந்தை கண்ணை விழித்துக்கொண்டு, “ஆயா! ஆயா!” என்று கத்தினான். “இதோ, நான் அம்மா இருக்கிறேன், ராஜா!” என்று குழைந்து பேசினாள் நளினி.

“ஆயா! ஆயா! அம்மா வாண்டாம்.”

நளினிக்கு இப்போது அந்த வார்த்தை உயிர்க் குலையிலே பாய்ந்தது. தன்மேலேயே எரிச்சல் வந்தது.

வள்ளி கையில் ஹார்லிக்ஸைக் கொண்டு வந்து நளினியிடம் கொடுத்தாள். குழந்தை குடிக்கமாட்டேனென்று பிடிவாதம் செய்தான். வள்ளியே அதை ஊட்டினாள்.

"இப்படிக் குழந்தையினிடம் நீ உட்கார்” என்றாள் நளினி, வள்ளி சிறிது அஞ்சினாள். நளினி தான் எழுந்து அவளுக்கு இடம் கொடுத்தாள்.

நளினி குளிப்பறைக்குள்ளே போய்க் கதவைத் தாழிட்டுக்கொண்டு கால்மணி அழுது புலம்பினாள். தான் இழந்தது இன்னதென்று அவளுக்குப் புலனாயிற்று.

மறுபடியும் குழந்தை படுத்திருந்த அறைக்கு வந்தாள்: "சங்கன் யார் வள்ளி?" என்று கேட்டாள்.

"சங்கன் இல்லையம்மா, சங்கரன். நம்ம ராசா அவனைச் சங்கன்னுதான் கூப்பிடும். என் பேரப்புள்ளையம்மா."

"அவனை இங்கே அழைத்து வரச் சொல்."

"எதற்கு அம்மா?"

"இவனுக்குத் துணையாக இருப்பதற்கு."

"அவன் வந்து என்ன செய்வான் அம்மா?"

"டாக்டர் இவனுக்குப் பிரியமானவர்கள் உடன் இருக்க வேண்டுமென்று சொன்னார் அல்லவா?"

"நீங்களெல்லாம் இருக்கிறீங்களே!"—வள்ளி இயல்பாகத்தான் கேட்டாள்.

"நாங்களா?" மேலே நளினிக்கு வார்த்தை வரவில்லை. விம்மத் தொடங்கினாள்.

★

அடுத்த மாதம் குழந்தை செளக்கியமாகி விளையாடத் தொடங்கினன். நளினி எல்லாச் சங்கங்களுக்கும் கால் கடிதாசு அனுப்பினாள்; ராஜீநாமாக் கடிதந்தான். அன்று முதல் அவள் உண்மைத் தாயாகிக் குழந்தை மோகனுடன் ஒட்டிக்கொள்ளும் தூய திருத்தொண்டிலே ஈடுபட்டு விட்டாள்.

13. நன்றிக் கடன்

கூண்டில் நிற்கும் கைதி குனிந்தபடியே பதில் சொன்னன். மாஜிஸ்டிரேட் அவனைக் கேள்வி கேட்கும் போது வார்த்தைகளை விழுங்கிக்கொண்டே பேசினான். அவன் அழுகிறான் என்றும் தோன்றியது. "நான் திருடியது உண்மைதான். எனக்கு என்ன தண்டனை கொடுத்தாலும் சரி." இதைச் சொல்வதற்குள் அவன் குரல் தழுதழுத்தது.

"திருடுவது தவறு என்று தெரிந்திருந்தும் திருடலாமா?" என்று மாஜிஸ்டிரேட் கேட்டார்.

"தவறுதான்; தெரிந்திருந்தும் செய்தது பெரிய தவறு. தண்டனை கொடுங்கள்." —இப்போது அவன் அழுதே விட்டான். அவன் தலையைக் குனிந்து கொண்டே பேசினன். அருகில் இருந்த போலீஸ்காரர், "தலை நிமிர்ந்து ஐயாவைப் பார்த்துப் பேசடா" என்று மிரட்டியும் நிமிரவில்லை.

சாட்சி விசாரணைகள் ஆனபிறகு குற்றவாளியை மறுபடியும் கூண்டில் நிறுத்தினார்கள். அவன் அழுதபடியே இருந்தான். கைதியின் பெயர் நாகராஜன். அவன் இன்னும் நிமிர்ந்து மாஜிஸ்டிரேட்டைப் பார்க்காமலே கூண்டில் நின்றான்.

"ஏன் அப்பா, நிமிர்ந்து பார்த்துப் பேசு" என்று மாஜிஸ்டிரேட் சொன்னர். அவன் நிமிரவில்லை. போலீஸ்காரர் கைதியின் பக்கத்தில் சென்று, "நிமிர்ந்து பேசு. இல்லாவிட்டால்..." என்று மிரட்டினவுடனே

அவன் ஒரு கணம் தலை நிமிர்ந்தான். உடனே குனிந்து கொண்டான்.

அந்த ஒரு கணந்தான் மாஜிஸ்டிரேட் அந்த முகத்தைப் பார்த்தார். அவரே ஐந்து நிமிஷம் தடுமாறிப் போனார், பிறகு விசாரணையை முடித்துக் கொண்டார்.

அடுத்த நாள் தீர்ப்புக் கொடுத்தார், மாஜிஸ்டிரேட் "குற்றவாளி முதல் முறையாகத் திருடியிருக்கிறானென்று தோன்றுகிறது. திருடுவது தவறு என்பதை உணர்ந்து வருத்தப்படுகிறான், பத்து நாள் ரிமாண்டில் இருந்திருக்கிறான். இந்தத் தண்டனையே போதும் என்று நினைக்கிறேன். இப்போது இவனுக்கு இருநூறு ரூபாய் அபராதம் விதிக்கிறேன்" என்று சொல்லிவிட்டு, "மற்ற வழக்குகளையெல்லாம் நாளை ஒத்திவைக்கிறேன்" என்று கூறி, விரைவாக வீட்டுக்குப் புறப்பட்டு விட்டார்: போகும்போது போலீஸ் இன்ஸ்பெக்டரைத் தனியே அழைத்து ஏதோ சொன்னர்.

மாலை ஐந்து மணிக்கு மாஜிஸ்டிரேட் தம் வீட்டில் யாரையோ எதிர்பார்த்துக் கொண்டிருந்தார். மணி ஐந்தரை ஆயிற்று. இன்ஸ்பெக்டர் வந்தார்: "அந்த மனிதன் இங்கே வரமாட்டேன் என்கிறான் வருவதை விட உயிரை விட்டுவிடுகிறேன் என்கிறான்" என்றார்.

"அபராதத்தைக் கட்டியாகி விட்டதா?"

"நீங்கள் பணத்தைத் தந்தவுடனே ஒரு கான்ஸ்டபிளிடம் கொடுத்துக் கட்டச் சொல்லிவிட்டேன். அந்த ஆளையும் ஒரு ஹோட்டலுக்கு அழைத்துச் சென்று நீராடச் செய்து, புது வேட்டியையும் கொடுத்தேன். அவன் லேசில்

வாங்கிக் கொள்ளவில்லை. ஒரு விதமாகக் கட்டிக் கொள்ளச் சொல்லிச் சாப்பாடும் போடச் சொன்னேன்.''

''அதட்டி மிரட்ட வில்லையே?''

''நீங்கள் சொல்லியிருக்கும்போது நான் அப்படிச் செய்வேனா? ஏதோ சந்தர்ப்ப பேதத்தால் இந்தக் காரியம் செய்திருக்கிறான். தாங்கள் அவனுக்காக அபராதத்தைச் செலுத்தியபோதே அவன் இயல்பாகவே பொல்லாதவன் அல்ல என்பதைத் தெரிந்து கொண்டேன்.''

''இப்போது அவன் எங்கே இருக்கிறான்?''

''ஓட்டலில் ஓர் அறையில் படுத்துக் கொள்ளச் சொல்லிவிட்டு வந்தேன். தாங்கள் பார்க்கவேண்டும் என்று சொன்னதாகவும், தாங்களே அவனுக்காக அபராதம் செலுத்திவிட்டதாகவும் சொன்னேன். அவன் கேட்டு முதலில் அழுதான். பிறகு அசட்டுச் சிரிப்புச் சிரித்தான்.''

''சரி, சரி; நான் அங்கே வருகிறேன்'' என்று மாஜிஸ்டிரேட் புறப்பட்டார்.

ஹோட்டலுக்குப் போனவுடன் ஹோட்டல்காரர் மரியாதையுடன் வரவேற்றார்.

''15-ஆம் நம்பர் அறைக்காரர் டிபன் சாப்பிட்டாரா?'' என்று கேட்டார் இன்ஸ்பெக்டர்.

“அவர் சாப்பாடு சாப்பிட்டதோடு சரி. நீங்கள் இங்கிருந்து போன அரை மணியில் இங்கே வந்து சாவியைத் தந்தார். நான் அவசரமாகப் போகவேண்டியிருக்கிறது. இன்ஸ்பெக்டர் வந்தால் இந்தக் கடிதத்தை அவரிடம் கொடுங்கள் என்று சொல்லிப் போய்விட்டார்.”

கடிதத்தை வாங்கினார் இன்ஸ்பெக்டர். உறையின் மேல் இன்ஸ்பெக்டர் விலாசம் இருந்தது. அதைப் பிரித்துப் பார்த்தபோது, உள்ளே சிறு துணுக்கு ஒன்றும் மற்றோர் உறையும் இருந்தன. துணுக்கில், “இன்ஸ்பெக்டர் அவர்களுக்கு, வணக்கம். இதனுடன் உள்ள கடிதத்தை மாஜிஸ்டிரேட் ஐயா அவர்களிடம் கொடுக்க வேண்டும்” என்று இருந்தது. மாஜிஸ்டிரேட் வாங்கி உறையைக் கிழித்து உள் இருந்ததைப் படித்தார்.

“புண்ணிய மூர்த்தியாகிய திரு நடராஜன் அவர்களுக்கு அநேக கோடி நமஸ்காரங்கள். மகாபாவியாகிய நான் தங்கள் பெயரைச் சொல்லி எழுதுவதற்குத் தகுதியற்றவன். ஆனாலும் அதை மந்திரத்தைப்போல உச்சரித்துக் கொண்டு எழுதுகிறேன். எனக்காக அபராதம் செலுத்தினதை அறிந்தேன். இதைத் திருப்பிச் செலுத்துவதற்காகவாவது ஆண்டவன் என்னை உயிரோடு வைத்திருப்பான் என்று எண்ணுகிறேன். இதைத் தாங்கள் செலுத்தாமல் இருந்திருந்தால் நான் உயிரை விட்டிருப்பேன். தங்களுக்குக் கடன்படும்படி செய்துவிட்டீர்கள். தங்கள் முகத்தில் ஒரு கணம் விழிப்பதற்குள் என் உயிர் ஒரு முறை செத்துப் பிறந்தது. ஆனால் தங்கள் முகத்தைப் பார்த்தபிறகு, இனி மானமாகப் பிழைக்கவேண்டும் என்ற உறுதி வந்து விட்டது. தாங்கள் தீர்ப்பில் சொன்னபடி இதுதான் நான் செய்த முதல் குற்றம். இதுவே முடிவான குற்றமாக

இருக்கத் தாங்கள் ஆசீர் வாதம் செய்யுங்கள்; தெய்வத்தினிடம் எனக்காக மன்றாடுங்கள். அன்று — அதை நினைக்கவோ, நினைப்பூட்டவோ எனக்குத் தகுதியில்லை; ஆனாலும் மனம் கேட்கமாட்டேனென்கிறது — அன்று, என் சிநேகிதன் நடராஜன் நெற்றித் திருநீற்றைப் பரிகாசம் பண்ணினேன். இன்று அந்தக் காட்சியே என்னைத் திருத்தி இருக்கிறது. இன்று முதல் எனக்கு வேறு தெய்வம் இல்லை. தாங்களே தெய்வம். தங்களைப் பார்க்காமல் போவதற்கு மன்னிக்க வேண்டும். பார்ப்பதற்கு வேண்டிய தகுதியையும் தைரியத்தையும் சேகரித்துக்கொண்டு என் தெய்வத்தை வந்து தரிசித்துக் கொள்வேன். — நாகராஜன்.''

கடிதத்தைப் படித்தார் மாஜிஸ்டிரேட் நடராஜன். அவர் கண்ணில் நீர் வழிந்தது; ''வாருங்கள் வீட்டுக்குப் போகலாம்'' என்று தழுதழுத்த குரலில் இன்ஸ்பெக்டரிடம் சொல்லி வீட்டுக்கு அழைத்துச் சென்றார்.

''அந்த ஆள் தற்கொலை பண்ணிக்கொள்ளப் போவதாக எழுதியிருக்கிறானா? தாங்கள் கலங்குவதைக் கண்டு அப்படி ஊகிக்கிறேன்'' என்றார் இன்ஸ்பெக்டர்.

மாஜிஸ்டிரேட் இப்போது கண்ணீர்த் தாரையையே புறப்படவிட்டார். பேச முடியவில்லை. கடிதத்தை இன்ஸ்பெக்டரிடமே கொடுத்தார். இன்ஸ்பெக்டர் அதைப் படித்துவிட்டு, ''இவர் யார்?'' என்று கேட்டார்.

தம்மை ஆசுவாசப் படுத்திக்கொண்டு மாஜிஸ்டிரேட் பேசலானார்; ''இன்று நான் இந்த நிலையில் இருப்பதற்கு

நாகராஜனுடைய தகப்பனாரே காரணம். நானும் அவனும் இளமைத் தோழர்கள். நான் ஏழை. ஆனால் புத்திசாலியென்று அறிந்து என்னையும் அவனையும் சேர்ந்து படிக்கும்படி ஏற்பாடு செய்தார், அந்தப் பெரியவர். இரண்டு பேருக்கும் ஒரே உபசாரம். நான் அவர்கள் வீட்டிலே இருந்து படித்தேன். நாகராஜனுக்கு அப்போதே கெட்ட பழக்கம் உண்டாயிற்று. நான் கண்டிப்பேன். என்னிடம் மட்டும் அவனுக்கு அளவற்ற அன்பு. இரண்டு மூன்று வகுப்புகள் என்னோடு வந்தான். பத்தாம் வகுப்பில் அவன் மட்டம் போட்டுவிட்டான். அவன் தந்தையார் என்னைக் கல்லூரியில் சேர்த்தார். அவனுக்கும் பாடம் சொல்லிக்கொடுக்கச் சொன்னார். எங்கள் நட்புறவு நீடித்தது. நான் இண்ட்டர் பரீட்சை முடித்தபோது பெரியவர் திடீரென்று இறந்து விட்டார். நான் காலேஜில் முதல்வனாக இருந்தமையால் உபகாரச் சம்பளம் பெற்று, பி. ஏ. படித்து முன்னுக்கு வந்தேன். நாகராஜன் பணத்தைத் தாம் தூம் செய்கிறான் என்று கேள்விப்பட்டேன்.

“நான் வேலைக்காக அலைந்து கல்கத்தா போனேன். பம்பாய் போனேன். கடைசியில் சென்னைக்கே வந்தேன். நாகராஜன் இருக்கிற இடம் தெரியவில்லை. இப்போதுதான் பார்த்தேன். எவ்வளவோ வருஷங்கள் ஆகிவிட்டன. குரல், தோற்றம் எல்லாம் நாகராஜன்போலவே இருந்தன. முகத்தைப் பார்க்கிறவரையில் நிச்சயப்படவில்லை. முகத்தைக் கண்டேன். எனக்கு நிலை கொள்ளவில்லை. நான் இந்த இருநூறு ரூபாய் செலுத்தியது எந்த மூலை? அவனை நல்வழிக்குத் திருப்புவதற்கு என்னுடனே சில காலம் வைத்திருக்கலாம் என்று எண்ணினேன். ஆண்டவனுக்கு

அது சம்மதம் இல்லை. என் நன்றிக்கடனைச் சரியாகத் தீர்க்க முடியவில்லை!"

கேட்ட போலீஸ் இன்ஸ்பெக்டர், "அவர் திருந்தி விடுவார் என்று தோன்றுகிறது. அவரும் நன்றிக் கடனைத் தீர்த்துக்கொள்ளும் உணர்ச்சியுடன் இருக்கிறார்" என்று தம் கருத்தைச் சொன்னர்.

"பார்க்கலாம். அந்தக் கடிதத்தில் அவன் எழுதியிருப்பதுபோல, அவன் திருந்த வேண்டுமென்று இறைவனை மன்றாடிப் பார்க்கிறேன்" என்று மாஜிஸ்டிரேட் ஒரு பெருமூச்சு விட்டார்.

★★★

www.ingramcontent.com/pod-product-compliance
Lightning Source LLC
LaVergne TN
LVHW010938051026
849532LV00003B/1037
* 9 7 8 8 1 9 8 8 8 1 4 6 5 *